ഒരു പ്രണയത്തിന്റെ അന്ത്യം

oru pranayathinte anthyam
stories
•
n narayanapillai
•
first edition
july 2011
•
typesetting
lenard graphics, thiruvananthapuram
•
published
chintha publishers, thiruvananthapuram
•
cover
sudheer p m

വിതരണം
ദേശാഭിമാനി ബുക്ക് ഹൗസ്
H O തിരുവനന്തപുരം-695 001

ബ്രാഞ്ചുകൾ
ഓവർബ്രിഡ്ജ് തിരുവനന്തപുരം • കെ എസ് ആർ ടി സി ബസ് സ്റ്റേഷൻ ആലപ്പുഴ • കെ എസ് ആർ ടി സി ബസ് സ്റ്റേഷൻ എറണാകുളം • ഐ ജി റോഡ് കോഴിക്കോട് • മാവൂർ റോഡ് കോഴിക്കോട് • എൻ ജി ഒ യൂണിയൻ ബിൽഡിങ് കണ്ണൂർ • സെൻട്രൽ ബസ് ടെർമിനൽ കോംപ്ലക്സ് താവക്കര കണ്ണൂർ • മച്ചിങ്ങൽ ലെയ്ൻ തൃശൂർ

CO - 1617 / 2742

ഒരു പ്രണയത്തിന്റെ അന്ത്യം

കഥകൾ

എൻ നാരായണപിള്ള

ചിന്ത പബ്ലിഷേഴ്സ്
തിരുവനന്തപുരം-695 001
വില: ₹ 55

എൻ നാരായണപിള്ള

പന്തളത്തിനടുത്ത് പനങ്ങാട് എന്ന ഗ്രാമപ്രദേശത്ത് ജനനം. ജോലിസംബന്ധമായി തിരുവനന്തപുരം നഗരത്തിലേക്ക് പറിച്ചു നടപ്പെട്ടു.

സാമ്പത്തികശാസ്ത്രത്തിൽ ബിരുദാനന്തരബിരുദം നേടി.

സാമ്പത്തിക സ്ഥിതിവിവരക്കണക്ക് വകുപ്പിൽ അസിസ്റ്റന്റ് ഡയറക്ടറായി വിരമിച്ചു.

സർക്കാർ സർവീസിൽ ജോലിചെയ്തിരുന്ന കാലത്ത് കേരള ഗസറ്റഡ് ഓഫീസേഴ്സ് സഹകരണസംഘം സെക്രട്ടറിയായും ഗസറ്റഡ് ഓഫീസേഴ്സ് അസോസിയേഷൻ സംസ്ഥാന ട്രഷററായും ദീർഘകാലം പ്രവർത്തിച്ചു.

സർവീസിൽ നിന്നും വിരമിച്ചതിനുശേഷം ചിന്തപബ്ലിഷേഴ്സിൽ ആഡിറ്ററായും അക്കൗണ്ടന്റായും ജോലി ചെയ്തു.

ഇപ്പോൾ സർവീസ് പെൻഷനേഴ്സ് യൂണിയൻ മേഖലാ പ്രസിഡന്റിന്റെ ചുമതല നിർവഹിക്കുന്നു.

ഭാര്യ : കൃഷ്ണകുമാരി
(റിട്ടയർഡ് പ്രിൻസിപ്പൽ)
വൊക്കേഷണൽ ഹയർ സെക്കന്ററി സ്കൂൾ

മക്കൾ : അനിൽകുമാർ എൻ
അജിത്കുമാർ എൻ
ആശ എൻ

വിലാസം : ഹൗസ്നമ്പർ 2, ഓഫീസേഴ്സ് നഗർ,
ഊറ്റുകുഴി, തിരുവനന്തപുരം 695001

ഫോൺ : 0471 - 2330018

ഉള്ളടക്കം

അവതാരിക

നഷ്ടകാലത്തേക്കൊരു ചൂട്ടുവെളിച്ചം

ചന്ദ്രബാബു പനങ്ങാട്

എഴുത്തുകാരൻ തന്റെ ജീവിതപരിസരങ്ങളിൽ നിന്നുരുവാകുന്ന അനുഭവങ്ങളിൽ നിന്നാണ് തന്റെ രചനയ്ക്കാവശ്യമായ വെള്ളവും വളവും സ്വീകരിക്കുന്നത്. ലോകത്തെ മാറ്റിമറിച്ച മഹാഗ്രന്ഥങ്ങളെ മറന്നുകൊണ്ടല്ല ഈ പ്രസ്താവന. എന്നാൽ അത്തരം ഗ്രന്ഥങ്ങളുടെയും കലാസൃഷ്ടികളുടെയും ഉത്ഭവത്തിനു ഹേതുവായതും അതെഴുതിയവരുടെ ജീവിതപശ്ചാത്തലങ്ങൾ തന്നെയാണ്. സർഗാത്മകപ്രവൃത്തികൾ കലാകാരനെ മണ്ണിനോടു ചേർത്തു ബന്ധിക്കുന്നു; മനസുകളോടും.

ശ്രീ. എൻ നാരായണപിള്ളയുടെ *ഒരു പ്രണയത്തിന്റെ അന്ത്യം* എന്ന കഥാസമാഹാരം മഹത്തായ ദർശനങ്ങൾ നിറച്ചതോ, ഭാവുകത്വപരീക്ഷണങ്ങളുടെ ശിൽപ്പശാലയോ അല്ലായിരിക്കാം. പല കഥകളും സമകാലിക സമൂഹത്തിന്റെ നേർക്കാഴ്ചകളല്ലായിരിക്കാം. എന്നാൽ ഒന്നു തീർച്ച, പിന്നിട്ട വഴികളും അനുഭവ യാഥാർഥ്യങ്ങളും മറക്കരുതെന്ന് നമ്മോട് വിളിച്ചുപറയുന്നവയാണ് ഈ കഥകൾ. മാടനും മറുതയും ദുരാചാരങ്ങളുമെല്ലാംകൂടി കുളംതോണ്ടിയ പഴയ തറവാടുകളിൽനിന്നും പിച്ചപ്പാളയുമായി ഇറങ്ങിപ്പോന്ന് ഇരന്നുതിന്നേണ്ടി വന്ന പ്രതാപികളെ ഒന്നിലധികം കഥകളിൽ നമുക്കു നേർക്കുനേരെ കാണാൻ കഴിയും. ദുരാചാരങ്ങളും യുക്തിരഹിതമായ വിശ്വാസങ്ങളും കഥയിലാക്കിയിട്ട് കഥാകൃത്ത് തനി നാട്ടിൻപുറത്തുകാരനെപ്പോലെ ഉറക്കെ ചിരിക്കുന്നു.

ഇതിലെ ഓരോ കഥയെയും പരിചയപ്പെടുത്തേണ്ടതിന്റെ ആവശ്യമുണ്ടെന്നു തോന്നുന്നില്ല. കണ്ടും കേട്ടും അറിഞ്ഞ ഗ്രാമപരിസരങ്ങളിലെ ഈ കഥയോരോന്നും നമ്മൾ മറന്നുപോയ, നമ്മെ വിഷമിപ്പിക്കുകയും ചില നേരങ്ങളിൽ ചിരിപ്പിക്കുകയും ചിന്തിപ്പിക്കുകയും ചെയ്ത സംഭവങ്ങളുടെയും വ്യക്തികളുടെയും യഥാതഥ ചിത്രങ്ങളാണ്.

ശ്രീ. നാരായണപിള്ള വെറുതെ കഥ പറയുകയല്ല. ഓരോ കഥയിലും ഇതൾവിരിയുന്ന ജീവിതത്തോടൊപ്പംതന്നെ കഥാകാലത്തെ സാമൂഹികാവസ്ഥയുടെ തെളിമയാർന്ന ചിത്രവും നമുക്കു ലഭിക്കുന്നുണ്ട്. ഇക്കഥകളിൽ പലപ്പോഴും ആവർത്തിച്ചു പ്രത്യക്ഷപ്പെടാറുള്ള ഒരു കൂട്ടം ഉൽപ്പതിഷ്ണുക്കളും വിദ്യാസമ്പന്നരും തൊഴിൽരഹിതരുമായ ചെറുപ്പക്കാരുണ്ട്. നാം ഇന്നു കൊട്ടിഘോഷിക്കുന്ന കേരള സംസ്കാരത്തിൽ പുരോഗമനപരമായ വീക്ഷണം എന്തെങ്കിലും അവശേഷിക്കുന്നുണ്ടെങ്കിൽ അതു തീർച്ചയായും മുൻതലമുറയിലെ ഈ ചെറുപ്പക്കാരുടെ പ്രവൃത്തികളുടെ ഫലസിദ്ധിതന്നെയാണ്. തീർച്ചയായും അവരിലൊരാൾ തന്നെയായിരിക്കണം ഈ കഥ പറഞ്ഞുതരുന്ന ശ്രീ. നാരായണപിള്ളയും. അല്ലെങ്കിൽ നവോത്ഥാനത്തിന്റെ ആ നാൾവഴികൾ ഇത്ര പ്രഗത്ഭമായി ചിത്രീകരിക്കാൻ അദ്ദേഹത്തിന്റെ തൂലികയ്ക്ക് ആവുമായിരുന്നില്ല. ഓരോ വരിയിലും ഗ്രാമസൗകുമാര്യം തുളുമ്പുന്ന വാക്കുകളുടെ ചേർച്ചയുണ്ട്. ഓരോ വാക്കും നമ്മെ നഷ്ടകാലത്തേക്കു തട്ടിയുണർത്തുന്നു. "ഇതാ, ഇതാണ് നിങ്ങൾ ജീവിച്ചിരുന്ന നാട്" എന്നുറക്കെപ്പറയുന്നു.

ചെയ്യാത്ത കുറ്റത്തിനു ശിക്ഷ അനുഭവിച്ച് ജന്മനാടു തേടിയെത്തിയ ഒരാളുടെ കണ്ണുകളിലൂടെ മലയാള ഗ്രാമങ്ങളുടെ തനിമയ്ക്കു പിൽക്കാലത്തുണ്ടായ അപചയങ്ങളുടെ തുടക്കം കാണിച്ചുതരാനും ഒരു കഥയിലൂടെ കഥാകൃത്തു ശ്രമിച്ചിട്ടുണ്ട്. പ്രവാസികളുടെ വിയർപ്പിന്റെ വില നാട്ടിൻപുറങ്ങളിൽ പെട്ടെന്നുണ്ടാക്കിയ മാറ്റം പിൽക്കാല സമൂഹത്തിന്റെ വീക്ഷണത്തെ എത്ര കണ്ടു പ്രതിലോമകരമാക്കി എന്നുകൂടി നമുക്ക് ഈ കഥയിലൂടെ മനസിലാക്കിത്തരുന്നു.

ഭൂരിപക്ഷം ജനങ്ങളും മനുഷ്യരൂപികളായ മറ്റേതോ ജീവിവർഗമായിത്തീർന്ന വർത്തമാന കാലാവസ്ഥയിൽ വഴിതെറ്റിപ്പോയ ചിലരെങ്കിലും ഈ കഥാകൃത്തിനെപ്പോലെ ഇന്നും കഥകളെയും കവിതകളെയും സ്നേഹിക്കുന്നു എന്നറിയുക വലിയ കാര്യം തന്നെയാണ്. അദ്ദേഹത്തിന്റെ അനുഭവങ്ങളിൽ നിറഞ്ഞുനിൽക്കുന്ന ജീവിതചിത്രങ്ങൾ തീർച്ചയായും വലിയ ഒരു ക്യാൻവാസിൽ എഴുതപ്പെടേണ്ടതാണെന്നാണ് എന്റെ വിശ്വാസം. ഔദ്യോഗിക-സാംസ്കാരിക മണ്ഡലങ്ങളിലെ അനുഭവങ്ങളും, സൗമ്യവും ആകർഷകവുമായ ഭാഷാശൈലിയും സ്വന്തമായുള്ള ശ്രീ. നാരായണപിള്ളയ്ക്ക് അതിനു കഴിയട്ടെ എന്നാശംസിക്കുന്നു.

നിരപരാധി

പ്രധാന റോഡിന്റെ ഓരത്ത് ബസ് നിർത്തി. ഞാൻ പതുക്കെ ഇറങ്ങി. ഇടവഴിയിലേക്ക് സാവകാശം നീങ്ങി. വീതി കുറഞ്ഞ പഴയ ഊടുവഴി കാണാനില്ല. നാടിന്റെ മുഖം വല്ലാതെ മാറിയിരിക്കുന്നു. പണ്ട് ഒത്തുകൂടാറുള്ള കാപ്പിക്കടകൾ, പത്രവായനയ്ക്കായി സംഗമിക്കുന്ന റേഷൻ കട വരാന്ത, ഓലകെട്ടിയ ചെറിയ മാടക്കട ഇതൊന്നും കാണുന്നില്ല. പകരം കോൺക്രീറ്റ് മന്ദിരങ്ങൾ. പാവപ്പെട്ടവരുടെ അധിവാസകേന്ദ്രമായ ഈ ഗ്രാമപ്രദേശം ഇത്രയും പുരോഗമിച്ചുവോ? അതോ എനിക്ക് സ്മൃതിഭ്രംശം സംഭവിച്ചതോ? ആരോടെങ്കിലും ചോദിക്കാം. അടുത്തുകൂടി കടന്നുപോയ ഒരു താടിക്കാരൻ ചെറുപ്പക്കാരനോടു ചോദിച്ചു:

"കാവിൽനട ഭാഗത്തേക്കു പോകുന്ന വഴി ഇതുതന്നെയല്ലേ?"

"തേജസ് എന്ന ബസ് ഇപ്പോൾ വരും. അതിൽ കയറിയാൽ കാവിൽ നടയിൽ ഇറങ്ങാം." താടിക്കാരൻ നിസ്സാരഭാവത്തിൽ മറുപടി പറഞ്ഞ് പെട്ടെന്നു പോയി. ചുറ്റുപാടാകെ ഞാൻ വീക്ഷിച്ചു. ചെമ്മണ്ണും ചെങ്കല്ലും ചെളിമണ്ണും നിറഞ്ഞ ആ പഴയ ഇടുങ്ങിയ ഇടവഴി അന്യമായിരിക്കുന്നു. പകരം ടാറിട്ട വീതിയേറിയ റോഡ്. ബസ്, ലോറി, കാർ, ഓട്ടോറിക്ഷ ഇവ നിരന്തരം ഓടിക്കൊണ്ടിരിക്കുന്നു. ഹൈവേ റോഡുപോലെ തോന്നിക്കുന്നു. വിസ്മയക്കാഴ്ചകൾ!

നടക്കാൻ തന്നെ തീരുമാനിച്ചു. പണ്ട് എത്രയോ കാലം നഗ്നപാദനായി സഞ്ചരിച്ചിട്ടുള്ള സ്ഥലമല്ലേ. വിശ്രമിക്കാൻ പറ്റിയ സ്ഥലത്ത് എത്താമല്ലോ എന്നു സമാശ്വസിച്ചു. പണ്ടത്തെ കളിസ്ഥലവും കുളിക്കാൻ കൂടാറുള്ള കുളവും അതിനടുത്തുള്ള ക്ഷേത്രമൈതാനവും പരതി. ഒന്നും വ്യക്തമാകുന്നില്ല. എവിടെയും മാറ്റത്തിന്റെ ബാഹുല്യം. 'റിപ്‌വാൻ വിങ്കിളിന്റെ' കഥ ഓർമയിൽ പൊന്തി വന്നു. 20 വർഷം തുടർച്ചയായി ഉറങ്ങി

പ്പോയ കഥ. ഉണർന്നപ്പോൾ നാടിനും നാട്ടുകാർക്കും ആകെ വലിയ മാറ്റം. എല്ലാവരും അപരിചിതർ. പരിഹാസത്തോടെയും പുച്ഛത്തോടെയും നോക്കുന്ന മുഖങ്ങൾ. കാലത്തിന്റെ മാറ്റം. താൻ ജനിച്ചു വളർന്ന ഈ ഗ്രാമം വിട്ടുപോയിട്ട് രണ്ട് പതിറ്റാണ്ടോളമായി. നീണ്ട ഇടവേള. ചൂട് കഠിനമായിരുന്നെങ്കിലും മുന്നോട്ടുതന്നെ. ഒരു മരത്തണലിനുവേണ്ടി കൊതിച്ചു. റോഡിൽ ടാർ ഉരുകി ചുട്ടുപൊള്ളുകയാണ്. പണ്ട് ഓടിച്ചാടി നടന്ന പ്രകൃതിരമണീയമായ ദേശം. ആരോടെങ്കിലും അന്വേഷിക്കാമെന്നു വെച്ചാൽ കാൽനടയാത്രക്കാർ നന്നേ ചുരുക്കം. അവർതന്നെ അങ്ങോട്ടും ഇങ്ങോട്ടും പായുകയാണ്.

സംഭവ പരമ്പരകളുടെ ചുരുളുകൾ ഒന്നൊന്നായി അഴിഞ്ഞുവരികയാണ്. 20 വർഷങ്ങൾക്ക് മുമ്പ് ആ നാട്ടിൽ ഒരു സൈക്കിൾ പോലുമില്ലായിരുന്നു. കൂന്താലിക്കാരായ കർഷകത്തൊഴിലാളികളും ഏതാനും ഇടത്തരം കർഷകരും കൈവിരലിലെണ്ണാവുന്ന ജന്മിമാരും ഉൾപ്പെടുന്ന നാട്. നാട്ടിലെ ഒരു ജന്മിയുടെ മകൻ ഒരു സൈക്കിൾ വാങ്ങി അതിൽ യാത്ര ചെയ്യുമ്പോൾ ഞങ്ങളെ പുച്ഛത്തോടെ വീക്ഷിക്കുമായിരുന്നു. ആ സൈക്കിളിൽ ഒന്നു തൊടാൻപോലും അനുവദിക്കുമായിരുന്നില്ല. ഒരു സൈക്കിൾ വാങ്ങുന്നതിനുവേണ്ടി വീട്ടിൽ കരഞ്ഞുനോക്കിയിട്ടുണ്ട്. പക്ഷേ, നടന്നിട്ടില്ല. അത്ര ദയനീയമായിരുന്നു വീട്ടിലെ സ്ഥിതി. മാതൃസ്നേഹത്തിന്റെയും സഹോദരസ്നേഹത്തിന്റെയും ബലത്തിൽ തള്ളിനീക്കിയ കുട്ടിക്കാലം. പലപ്പോഴും അർധപട്ടിണി. നാഴി അരി ഇട്ട് കഞ്ഞി വച്ചാൽ അതിലെ വറ്റ് കുട്ടികൾക്ക് കൊടുത്തിട്ട് വെള്ളം മാത്രം ഊറ്റിക്കുടിച്ച് വിശപ്പടങ്ങിയതായി അഭിനയിച്ച് ജീവിക്കുന്ന അമ്മ പട്ടിണിയാണെങ്കിലും പരാതിയോ പരിഭവമോ ഇല്ലാത്ത ദേവത. ചിറകിനടിയിൽ ഒളിച്ചിരിക്കുന്ന സ്നേഹസമ്പന്നരായ മക്കൾ, പഠിച്ചിട്ടും തൊഴിലില്ലാതെ, വരുമാനമാർഗമില്ലാതെ അലഞ്ഞുതിരിഞ്ഞു നടന്നപ്പോൾ പരിഹസിക്കുന്ന യാഥാസ്ഥിതികരായ നാട്ടുകാർ. എല്ലാം എല്ലാം അയവിറക്കേണ്ടിവരുന്നു. 'സ്വന്തം കാര്യം നോക്കാൻ കഴിവില്ലാത്തവൻ. വീട്ടുകാരെ ബുദ്ധിമുട്ടിക്കാനായി കൂടിയിരിക്കുകയാണ്, എങ്ങോട്ടെങ്കിലും പോകരുതോ?' കുശുകുശുക്കയാണ്. സഹികെട്ടുപോകുന്നു. നിശ്ശബ്ദത പാലിക്കുന്നു. ചിന്തിച്ചു ചിന്തിച്ചു നടന്ന് അവസാനം ഒരു തീരുമാനത്തിലെത്തി. എങ്ങോട്ടെങ്കിലും ചേക്കേറണം.

ഒരുദിവസം കിഴക്ക് വെള്ളപൂശുന്നതിനുമുമ്പ് വീട്ടുകാർ സുഖസുഷുപ്തിയിൽ ആണ്ടുകിടക്കുമ്പോൾ ഒരു സഞ്ചിയിൽ കുറച്ചു വസ്ത്രങ്ങളും പരീക്ഷാസർട്ടിഫിക്കറ്റുകളും ഒതുക്കിവച്ച് ആരോടും യാത്ര ചോദിക്കാതെ അമ്മയെയും സഹോദരങ്ങളെയും വേർപിരിഞ്ഞ് വീടും നാടും ഉപേക്ഷിച്ച് ഇറങ്ങിനടന്നു. എങ്ങോട്ടെന്നില്ലാത്ത യാത്ര. അതിരുകളില്ലാത്ത ഈ ലോകത്ത് എവിടെയെങ്കിലും പോയി ജീവിക്കണം. നേരം പരപരാ വെളുത്തു വരുന്നതേയുള്ളൂ. പക്ഷികൾ കൂടുവിട്ട് പുറത്തിറങ്ങാൻ തുടങ്ങി. നേരെ റെയിൽവേസ്റ്റേഷനിലേക്ക് വെച്ചടിച്ചു. ഭാഗ്യം!

ആരും തന്നെ തിരിച്ചറിഞ്ഞിട്ടില്ല. ആരാലും ശ്രദ്ധിക്കപ്പെടാതെ റെയിൽവേ സ്റ്റേഷനിൽ ഒതുങ്ങി.

മലബാർ എന്നു കേട്ടിട്ടുണ്ട്. പരിചയമില്ല. കാടും മേടും മലകളും നിറഞ്ഞ സ്ഥലം. തോട്ടങ്ങളിൽ ജോലിസാധ്യത സുലഭമാണ്. നിഷ്കളങ്കരായ ഒരുകൂട്ടം മനുഷ്യർ. ഏറ്റവും കൂടുതൽ തോട്ടങ്ങൾ ഉള്ളത് വയനാട്ടിലാണ്. തേയില, കാപ്പി, കുരുമുളക് തോട്ടങ്ങൾകൊണ്ട് സമൃദ്ധമായ നാട്. ട്രെയിനിൽ യാത്ര ചെയ്ത് കോഴിക്കോട്ടെത്തി. വയനാട്ടിൽ എത്താൻ വളരെ ദൂരം യാത്ര ചെയ്യണം. മഞ്ഞുമൂടിയ സുപ്രഭാതം. ഒരു സ്വകാര്യബസിൽ കയറി. കണ്ടക്ടർ ചോദിച്ചു. "എങ്ങോട്ടാ" താനത്ര അപരിചിതനല്ലെന്ന മട്ടിൽ ഘനഭാവത്തിൽ ഉറക്കെ പറഞ്ഞു: "വയനാട്." ബസിൽ കൂട്ടച്ചിരി. കണ്ടക്ടറും യാത്രക്കാരുടെ പങ്കാളിയായി. ഡ്രൈവർ മുൻപിൽ ഇരുന്ന് പറഞ്ഞു: "നമുക്ക് എവിടെയെങ്കിലും കൊണ്ടുചെന്ന് തട്ടാം." ഒരു മാന്യൻ ഏതോ സ്ഥലം പറഞ്ഞതനുസരിച്ച് കണ്ടക്ടർ ടിക്കറ്റെഴുതി. ജാള്യത മറയ്ക്കാൻ ഞാൻ ഗൗരവം വിടാതെ അക്ഷോഭ്യനായിരുന്നു. വയനാട് എന്നൊരു പ്രത്യേക സ്ഥലമില്ലെന്നും ഒരു ജില്ല മുഴുവൻ ഉൾപ്പെട്ട പ്രദേശമാണെന്നും എനിക്ക് പിന്നീട് ബോധ്യമായി. ബസിൽ ആളുകൾ ഉറക്കംതൂങ്ങി കൂട്ടിമുട്ടിയും ചിലരൊക്കെ സൊറ പറഞ്ഞും സമയം തള്ളിനീക്കുന്നു. എനിക്ക് ഇറങ്ങേണ്ട സ്ഥലമെത്തിയപ്പോൾ നേരത്തെ പറഞ്ഞ മാന്യൻ കണ്ടക്ടറോടു പറഞ്ഞു. ഇതിനിടയ്ക്ക് ആ സ്ഥലത്തെപ്പറ്റി അദ്ദേഹം ചെറിയ വിവരണവും നൽകി. ബസ് നിർത്തി ഞാൻ ഇറങ്ങി. പ്രഭാതസൂര്യൻ അരുണിമശോഭ വിട്ട് വെൺമ നിറം കൈവരിച്ചിരിക്കുന്നു. മൂടൽമഞ്ഞ് വിഴുങ്ങിയിരുന്ന വയനാട് വെളിയിൽ വന്നു. അടുത്തു കണ്ട ഒരു ചായക്കടയിൽനിന്നും ലഘുഭക്ഷണം കഴിച്ചു. തൊഴിൽ അന്വേഷകനാണെന്നും വല്ല മാർഗവുമുണ്ടോയെന്നും അപരിചിതനായ ഒരാളിനോട് ആരാഞ്ഞു. അയാൾ മറ്റൊരാളെ പരിചയപ്പെടുത്തി. അദ്ദേഹത്തിന്റെ നിർദേശപ്രകാരം ഒരു തേയിലത്തോട്ടത്തിലേക്കു പോയി സൂപ്രണ്ടിനെ കണ്ടു വണങ്ങി. തൊഴിൽദാതാവായ അദ്ദേഹം എല്ലാ വിവരങ്ങളും ചോദിച്ചു മനസിലാക്കി. കൂലിപ്പണിയാണ് തോട്ടത്തിൽ സുലഭമായുള്ളത്. എന്റെ സംഭാഷണശൈലിയിൽ അദ്ദേഹം ആകൃഷ്ടനായി. "തെക്കനാണ് അല്ലേ?" "അതെ" ഞാൻ വിദ്യാഭ്യാസ യോഗ്യത തെളിയിക്കുന്ന സർട്ടിഫിക്കറ്റുകൾ പുറത്തെടുത്തു. സൂര്യപ്രകാശത്തിൽ അവ പല്ലിളിച്ച് എന്നെ കളിയാക്കി. "തൽക്കാലം കൂലിപ്പണി ചെയ്യേണ്ട. അതു നിങ്ങൾക്കു പറ്റിയ പണിയാണെന്നും തോന്നുന്നില്ല. അൽപ്പം കൂടി ഭേദപ്പെട്ട ഒരു തൊഴിൽ ആകാം. 'മേസ്തിരി' – മറ്റുള്ളവരെക്കൊണ്ട് ജോലി ചെയ്യിക്കുക, ജോലിയുടെ മേൽനോട്ടം വഹിക്കുക ഇതൊക്കെയാണ്. കൃത്യനിഷ്ഠ പാലിക്കണം. ശുഷ്കാന്തിയോടെ ജോലി ചെയ്താൽ ഭാവിയിൽ ഉയർന്നുവരാം." ഒരു മുതിർന്ന മേസ്തിരിയെ വിളിച്ച് താമസസൗകര്യം ഏർപ്പാടാക്കാൻ നിർദേശം കൊടുത്തു.

ഒരു തൊഴിലാളിയുടെ ലായത്തിൽ ഒരു ചെറിയ മുറി ഒഴിഞ്ഞു കിടന്നിരുന്നു. എന്നെ അങ്ങോട്ടു തെളിച്ചു. ലായത്തിന്റെ നാഥൻ തോട്ടം തൊഴിലാളിയായ രാഘവൻ എന്നയാളാണ്. അദ്ദേഹം 'തെക്കൻ' ആണ്. ഭാര്യ ആകസ്മികമായി അന്തരിച്ചു. ഏകമകൾക്ക് 8 വയസ്സ് മാത്രം പ്രായം. അവൾക്കുവേണ്ടിയാണ് അയാൾ ജീവിക്കുന്നതെന്ന് എല്ലാവരോടും പറയും. അവിടെ എന്നെ കുടിയിരുത്തി. അവൾ അങ്കിൾ എന്നു വിളിക്കാൻ പഠിച്ചു. ഞങ്ങൾ പകൽ ജോലി ചെയ്യും. രാത്രി ഉറങ്ങുന്നതു വരെ 'സൊറ' പറഞ്ഞിരിക്കും. ആഹാരം മിക്കവാറും വെളിയിൽനിന്നും. അവധി ദിവസങ്ങളിൽ പട്ടണത്തിൽപ്പോയി ചില്ലറ സാധനങ്ങൾ വാങ്ങും. അപൂർവമായി വിനോദ പരിപാടികളിൽ പങ്കുകൊള്ളാൻ പോകും.

വീട്ടിലേക്കു ഞാൻ കത്തയച്ചു. ജോലി കിട്ടിയെന്നും അവധി കിട്ടുന്ന മുറയ്ക്ക് എല്ലാവരേയും വന്നു കണ്ടുകൊള്ളാമെന്നും ഉറപ്പുകൊടുത്തു. പക്ഷേ ആ ഉറപ്പ് പാലിക്കുവാൻ ഒരിക്കൽപ്പോലും കഴിഞ്ഞിട്ടില്ല. ജോലി എന്താണെന്നോ ജോലിസ്ഥലം ഏതാണെന്നോ കത്തിൽ എഴുതാറില്ലായിരുന്നു. ആദ്യമൊക്കെ ലോപമില്ലാതെ കത്തെഴുതുമായിരുന്നു. വായിച്ച് അമ്മ കരഞ്ഞിട്ടുണ്ടാകും. അമ്മ അങ്ങനെയാണ്. അമിതമായി സന്തോഷിക്കുമ്പോഴും സങ്കടപ്പെടുമ്പോഴും കണ്ണുനീർ തൂകും. കരഞ്ഞുകൊണ്ട് ചിരിക്കും. നിഷ്കളങ്കമായ ചിരിയും കരച്ചിലും. പിന്നെപ്പിന്നെ കത്തുകൾ കുറഞ്ഞുകുറഞ്ഞ് വല്ലപ്പോഴുമായി. കത്ത് കാത്തിരുന്ന് വീട്ടുകാർ ആവലാതിപ്പെട്ടിരിക്കും. അന്വേഷിച്ചിരിക്കും. എവിടെ അന്വേഷിക്കാൻ? അവസാനം അന്വേഷണപ്രക്രിയയിൽനിന്ന് വിരമിച്ചിരിക്കാം. മെച്ചപ്പെട്ട ഒരു ജോലിയായി സാമ്പത്തിക ഭദ്രത കൈവരിച്ചിട്ട് നാട്ടിലേക്ക് പോകുന്നതാണ് ഉചിതമായ നടപടിയെന്ന് ചിന്തിച്ചു. ഒടുവിൽ എല്ലാ ബന്ധങ്ങളും വിച്ഛേദിച്ചപോലെയായി.

ഒരുദിവസം രാത്രിയിൽ രാഘവേട്ടൻ ലഹരിച്ചാണ് വന്നത്. മകൾക്ക് ആഹാരം കൊടുത്തിട്ട് ഉറങ്ങാൻ പറഞ്ഞിട്ട് എന്റെ അടുക്കൽ വന്നു. എന്റെ രണ്ടു കൈകളും ചേർത്തു പിടിച്ച് മുകർന്നിട്ട് വിങ്ങിപ്പൊട്ടി പറഞ്ഞു: "അനിയാ, നീ എന്റെ ആത്മമിത്രമാണ്. നിന്നോട് ഒരുപാട് കാര്യങ്ങൾ പറയാനുണ്ട്. ക്ഷമയോടുകൂടി കേൾക്കണം. എന്നിട്ട് ഞാൻ കുറ്റവാളിയാണോ എന്നും തീരുമാനിക്കണം" അത്രയും പറഞ്ഞിട്ട് എന്നെക്കൊണ്ട് സത്യം ചെയ്യിച്ചു. താൻ പറയാൻ പോകുന്ന സംഭവകഥ മറ്റാർക്കും കൈമാറുകയില്ലെന്ന്. "ചേട്ടന് എന്നെ പൂർണമായി വിശ്വസിക്കാം. സ്വന്തം അനുജനെന്നു കരുതിയാൽ മതി." വിങ്ങിയും വിക്കിയും ഇടയ്ക്കിടെ കണ്ണുനീർ തൂകിയും അയാൾ ഭൂതകാലത്തിന്റെ കെട്ടഴിച്ചു.

"എന്റെ പേരോ ജാതിയോ ഇവിടെ അറിയപ്പെടുന്ന മാതിരി അല്ല. തെക്കുള്ള ആൾ എന്നു പറഞ്ഞതല്ലാതെ സ്വന്തം സ്ഥലം ഏതെന്നും ആരോടും പറഞ്ഞിട്ടില്ല. 18 വയസുള്ള ഒരു സാധു ഹരിജൻ യുവാവ് കൂലിവേല ചെയ്ത് കുടുംബം പുലർത്തിപ്പോന്നു. അച്ഛൻ വർഷങ്ങൾക്കു മുമ്പ് അന്തരിച്ചു. വീട്ടിൽ അമ്മയും ഇളയ സഹോദരനും മാത്രം. ഒരു

ദിവസം ജോലികഴിഞ്ഞ് ചില്ലറ സാധനങ്ങളുമായി വീട്ടിലേക്കു വന്നു. വീടെന്നു പറയുന്നത് വെറുമൊരു ചെറ്റക്കുടിൽ. സന്ധ്യമയങ്ങിയതേ ഉള്ളൂ. കുടിലിനകത്തുനിന്ന് ഒരു നിലവിളി: "അയ്യോ, രക്ഷിക്കണേ, രക്ഷിക്കണേ" ഞാൻ ശ്രദ്ധിച്ചു. അമ്മയുടെ കരച്ചിലാണല്ലോ. പെട്ടെന്ന് അകത്തേക്കു കയറിയപ്പോൾ കണ്ട കാഴ്ച ഭയാനകമായിരുന്നു. നാട്ടിലെ പ്രധാന ജന്മിയും പണക്കാരനും സ്ത്രീലമ്പടനുമായ തമ്പ്രാൻ അമ്മയെ ബലപ്രയോഗത്തിലൂടെ പീഡിപ്പിക്കാൻ ഒരുമ്പെടുകയാണ്. തക്കസമയത്ത് ചെന്നതിനാൽ അമ്മ രക്ഷപ്പെട്ടു. ക്രുദ്ധനായി അയാൾ എന്റെ നേരെ ചാടിവീണു. പിടിച്ചുനിൽക്കാൻ കഴിവില്ലാത്ത എന്റെ ദൃഷ്ടിയിൽപ്പെട്ടത് ഒരു വെട്ടുകത്തിയാണ്. വെട്ടുകത്തി എടുത്ത് ഞാൻ ആ ദുഷ്ടനെ ആഞ്ഞുവെട്ടി. അപ്രതീക്ഷിതമായ വെട്ടേറ്റ് അയാൾ ചോര ഒലിപ്പിച്ച് തറയിൽ വീണു. അയാൾ ജീവിച്ചിരുന്നാൽ എന്റെ കഥ കഴിക്കുമെന്നറിയാമായിരുന്നതുകൊണ്ട് ഞാൻ വീണ്ടും വീണ്ടും ആഞ്ഞുവെട്ടി. അൽപ്പസമയത്തിനകം ആ ദുഷ്ടൻ അന്ത്യശ്വാസം വലിച്ചു.

ഒരുതുള്ളി കഞ്ഞിപോലും കുടിക്കാനാകാതെ അമ്മയോട് യാത്രപറഞ്ഞ് ഞാൻ സ്ഥലം വിട്ടു. ഒളിച്ചും പതുങ്ങിയും പല സ്ഥലങ്ങൾ കടന്ന് തമിഴ്നാട്ടിൽ എത്തി. അലഞ്ഞുതിരിഞ്ഞ് ഒരുപാട് ദുരിതങ്ങൾ അനുഭവിച്ച് കാടും മലയും ചവിട്ടി അവസാനം നീലഗിരിയിൽ എത്തി. അവിടെ ജീവിതം സുരക്ഷിതമായിരിക്കുമെന്ന് പ്രതീക്ഷിച്ചു. പേരും ജാതിയും മാറ്റി. മുഖത്ത് കൃത്രിമമായി ചില രൂപഭേദങ്ങൾ വരുത്തി ഒരു കൂലിപ്പണിക്കാരനായി. പൊലീസ് അന്വേഷണം വഴിമുട്ടിയതാകാം. ആരും അന്വേഷിച്ചു വന്നില്ല. ഒരുപക്ഷേ, സാധുക്കളായ അമ്മയെയും അനുജനെയും പൊലീസുകാർ ഭീകരമായി മർദിച്ചിട്ടുണ്ടാകും.

നീലഗിരിയിൽ ഞാൻ ജോലിചെയ്ത എന്റെ താവളത്തിനടുത്തുള്ള ഒരു വീട്ടിലെ പെൺകുട്ടിയുമായി സ്നേഹത്തിലായി. യാദൃച്ഛിക സംഭവം. വീട്ടുകാർ എതിർപ്പ് പ്രകടിപ്പിച്ചു. ഒരു രാത്രിയിൽ ഞങ്ങൾ രണ്ടാളും കൂടി കിട്ടിയ സാധനങ്ങളും എടുത്ത് ഒളിച്ചോടി. അവസാനം വയനാട്ടിൽ എത്തി. ഇവിടെ തോട്ടം തൊഴിലാളിയായി. അല്ലലില്ലാതെ ജീവിക്കുന്നതിനിടയ്ക്ക് ഞാൻ ഒരു അച്ഛനായി. ഞങ്ങളുടെ കൺമണി 'നന്ദിനിക്കുട്ടി'. പക്ഷേ, പാപിയായ എന്നോട് ദൈവം കരുണ കാട്ടിയില്ല. എന്റെ ഭാര്യ 'ഭാഗ്യം' ന്യുമോണിയ പിടിപെട്ട് ഏകമകളെയും എന്നെയും ദുരിതക്കയത്തിലേക്ക് വലിച്ചെറിഞ്ഞിട്ട് എന്നന്നേക്കുമായി വിട്ടുപിരിഞ്ഞുപോയി. ഇനി, എനിക്ക് ആകെക്കൂടിയുള്ളത് എന്റെ നന്ദിനിക്കുട്ടി മാത്രമാണ്. ഇപ്പോൾ ഞാൻ കഷ്ടപ്പെടുന്നതും ജീവിക്കുന്നതും ആ കുരുന്നിനുവേണ്ടി മാത്രമാണ്." രാഘവൻ എന്ന് അറിയപ്പെടുന്ന അയാൾ കണ്ണുനീർ കുടുകുടാ പൊഴിച്ചുകൊണ്ട് കഥ അവസാനിപ്പിച്ചു. ഒരുനിമിഷം നിർത്തിയിട്ട് വീണ്ടും ചോദിച്ചു: "ഞാൻ തെറ്റുകാരനാണോ ദൈവം എന്നെ ഇങ്ങനെ ശിക്ഷിക്കുന്നല്ലോ?"

ഞാൻ സാവകാശം ചോദിച്ചു: "കൊലപാതകവുമായി ബന്ധപ്പെട്ട

കേസിന്റെ കാര്യം പിന്നീട് വല്ലതും കേട്ടോ?" അതിന്റെ മറുപടി എനിക്കൊരു പുതിയ അറിവായിരുന്നു. "കൃത്യം നടന്നിട്ട് 15 വർഷം കഴിഞ്ഞു. 12 വർഷം വരെയും കേസിന് ഒരു തുമ്പും കിട്ടിയില്ലെങ്കിൽ കേസ് എഴുതിത്തള്ളും." ഒരു നിയമവിദഗ്ധനെപ്പോലെ അയാൾ സംസാരിച്ചു. അൽപ്പനേരം ചിന്താധീനനായി ഇരുന്നിട്ട് അയാൾ ഉറങ്ങാൻ കിടന്നു. കൂർക്കം വലിച്ച് ഉറക്കം തുടങ്ങി. ഞാൻ പിന്നെയും എന്റെ ജീവിതത്തെക്കുറിച്ചും അമ്മയെയും സഹോദരങ്ങളെയും പറ്റിയും ചിന്തിച്ച് ഏറെനേരം ദുഃഖിതനായിരുന്ന് കണ്ണുനീർ തൂകി. നാട്ടിൽപ്പോയി അവരെ ഒന്നു കണ്ടാലോ? കരഞ്ഞുവീർത്ത മുഖവുമായി ചിരിച്ചുകൊണ്ടുവന്ന് എന്നെ കെട്ടിപ്പിടിക്കുന്ന അമ്മയുടെ രൂപം എന്റെ മനസിൽ വീണ്ടും തെളിഞ്ഞുവരുന്നു. നാളെ നാളെ നീളേതി. ദിവസങ്ങളും മാസങ്ങളും വർഷങ്ങളും പിൻതള്ളപ്പെട്ട് കാലം മുന്നോട്ടുപൊയ്ക്കൊണ്ടിരുന്നു. നാട്ടിലേക്കുള്ള എന്റെ യാത്ര വെള്ളത്തിൽ വരച്ച വര പോലെയായി.

ഒരുദിവസം രാഘവേട്ടനും മകളും അവിടെ ഇല്ലായിരുന്നു. മകളുടെ അമ്മവീട്ടിൽ പോയിരിക്കാം. ഒരു പൊലീസ് ജീപ്പ് തൊഴിലാളി ലായത്തിന്റെ മുമ്പിൽ വന്നു നിന്നു. "എവിടെടാ മറ്റവൻ" ഇൻസ്പെക്ടർ പൊലീസ് മുറയിൽ ചോദിച്ചു. "ഇവിടെയില്ല, എവിടെയാണെന്ന് അറിഞ്ഞുകൂടാ." കേറെടാ വണ്ടിയിൽ." ആക്രോശിച്ചുകൊണ്ട് എന്നെ ബലമായിപ്പിടിച്ച് വണ്ടിയിൽ കയറ്റി. ഒന്നും പറയാൻ അനുവദിച്ചില്ല. അപരിചിതമായ സ്ഥലങ്ങളിലൂടെ ചുറ്റിക്കറങ്ങി വെയിൽ മൂത്തപ്പോൾ ഒരു ചായക്കടയുടെ മുമ്പിൽ ജീപ്പ് നിർത്തി. അവരെല്ലാം ഇറങ്ങി ചായ കുടിച്ചു. എന്നെ ഇടയ്ക്കിടെ നോക്കുന്നുമുണ്ടായിരുന്നു. ദോഷം പറയരുതല്ലോ ഒരു പൊലീസുകാരൻ ഒരു ചായ വാങ്ങി എനിക്കു തന്നു. "ഗ്ലാസ് വേഗം തിരികെ കൊടുക്കണം." ഞാൻ മാനസികമായും ശാരീരികമായും തളർന്നുപോയിരുന്നു. ഉൾഭയത്തോടെയെങ്കിലും ആർത്തിയോടെ ചൂടുചായ ഊറ്റിക്കുടിച്ചു. വീണ്ടും യാത്ര തുടർന്നു. ജീപ്പിൽവെച്ച് ഭീഷണിയുടെ സ്വരത്തിൽ ഒരു മുതിർന്ന പൊലീസുദ്യോഗസ്ഥൻ ഇപ്രകാരം പറഞ്ഞു: "ഞങ്ങൾ പറയുന്നതൊക്കെ തലകുലുക്കി സമ്മതിച്ചുകൊള്ളണം. അല്ലെങ്കിൽ ഇടികൊണ്ട് നിന്റെ ചങ്ക് വെള്ളമായിപ്പോകും." അപ്പോഴും കാര്യം എന്തെന്നറിയാതെ ഞാൻ മൂകനായി കൂനിക്കൂടിയിരിക്കുകയാണ്. പൊലീസ് ഭാഷ്യമാണെങ്കിലും ഇവരുടെ സംഭാഷണത്തിൽ ചില കാര്യങ്ങൾ വെളിപ്പെട്ടു. തേയിലത്തോട്ടത്തിലെ ലായത്തിൽ എന്റെ കൂടെ താമസിച്ചിരുന്ന രാഘവൻ (ശരിയായ പേര് അതല്ല) കൊല ചെയ്ത നാട്ടുജന്മിയുടെ മകൻ കോഴിക്കോട്ട് ഒരു സർക്കാർ ഉദ്യോഗസ്ഥനാണ്. ജോലി സംബന്ധമായ കാര്യങ്ങൾക്ക് വയനാട്ടിലും വരാറുണ്ട്. ഒരിക്കൽ ചന്തമുക്കിൽവെച്ച് രാഘവനെ കണ്ടു. രാഘവനും കണ്ടു. അന്യോന്യം ദൃഷ്ടിയുദ്ധം നടത്തി. അയാൾ പൊലീസിൽ അറിയിച്ചു. വിവരം മണത്തറിഞ്ഞ രാഘവൻ മകളെയും കൂട്ടി മറയുകയായിരുന്നു. എസ്റ്റേറ്റ് സൂപ്രണ്ടിനോട് അവധി അനുവാദം വാങ്ങി അഡ്വാൻസായി ഒരു തുകയും കൈപ്പറ്റി.

അതിനു പിന്നാലെയാണ് പൊലീസ് എസ്റ്റേറ്റിൽ വന്നതും സൂപ്രണ്ടിനെ കണ്ടതും മറ്റും. അപ്പോഴൊന്നും എന്റെ കാര്യം ആരെങ്കിലും ചോദിക്കുകയോ പറയുകയോ ഉണ്ടായിട്ടില്ല. 'കട്ടവനെ കിട്ടിയില്ലെങ്കിൽ കിട്ടിയവനെ പിടിക്കുക' ഇതാണല്ലോ പൊലീസ് മുറ.

നിരപരാധിയായ എന്നെ ഒരു വിചാരണത്തടവുകാരനാക്കി. ജാമ്യം എടുക്കുന്നതിനോ, കോടതിയിൽ കേസു വാദിക്കുന്നതിനോ ഒരു വക്കീലുമുണ്ടായില്ല. അതിനു ശ്രമിച്ചുമില്ല. എങ്കിലും കേസ് നീണ്ടു. മൂന്നു വർഷം കഴിഞ്ഞു. കുപ്രസിദ്ധ കൊലയാളി കോരൻ ശങ്കരനെ ഒളിവിൽ താമസിപ്പിക്കുകയും സഹായസഹകരണം നൽകുകയും സംരക്ഷിക്കുകയും ചെയ്ത ഗോപാലൻ മകൻ വിജയൻ ദയ അർഹിക്കുന്നില്ല. അതിനാൽ അഞ്ച് വർഷം കഠിനതടവിന് ശിക്ഷിച്ചിരിക്കുന്നു. മരവിച്ച മനസിലേക്ക് ജഡ്ജ്മെന്റ് വാർത്ത ഏറ്റുവാങ്ങി ഞാൻ ജയിലറയിലേക്കുപോയി.

ശിക്ഷയുടെ കാലാവധി കഴിഞ്ഞ് പുറത്തുവന്നു. സഹിക്കേണ്ടതെല്ലാം സഹിച്ചു. വിചാരണത്തടവുകാരനായിരുന്ന കാലത്തും ശിക്ഷ അനുഭവിച്ച കാലത്തും എല്ലാംകൂടി എട്ടൊൻപത് വർഷം. നീണ്ട ഒരു കാലയളവ്. ജയിൽ ജീവിതത്തിനിടയ്ക്ക് ജോലി ചെയ്ത വകയിൽ ചില്ലറ സമ്പാദ്യമുണ്ട്. ഇനി എങ്ങോട്ടുപോകാൻ? വയനാട്ടിലേക്കു തിരികെ ചെന്നാൽ ജയിൽ ശിക്ഷ അനുഭവിച്ചു പുറത്തുവന്ന ഒരു കുറ്റവാളിയായ തന്നെ ആരും ജോലിക്കെടുക്കുകയില്ല. പോരെങ്കിൽ ഒരു കൊലയാളിയുടെ സംരക്ഷകനും സന്തതസഹചാരിയും. മാത്രവുമല്ല എട്ടൊൻപത് വർഷത്തിനിടയ്ക്ക് അവിടെയും ഒരുപാട് മാറ്റങ്ങൾ സംഭവിച്ചിരിക്കാം. സൂപ്രണ്ട് ഉൾപ്പെടെയുള്ള പഴമക്കാർ വിരമിച്ചിട്ടുണ്ടാകും.

ചിതറിപ്പോയ ചിന്തകൾ എന്നെ പിടിച്ചുവലിച്ചത് ജനിച്ചു വളർന്ന ഗ്രാമത്തിലേക്കാണ്. അമ്മ, സഹോദരങ്ങൾ, നാട്ടുകാർ എല്ലാവരേയും ഒരുനോക്കു കാണണം. നാട്ടിൽ ചെന്ന് ചെറുകിട ബിസിനസ് എന്തെങ്കിലും ചെയ്ത് മാന്യമായി ജീവിക്കണം.

ദീർഘമായ യാത്രയായിരുന്നു. ചിന്താധീനനായിരുന്നതുകൊണ്ട് നിദ്രാദേവി എന്നെ ഒട്ടുംതന്നെ കടാക്ഷിച്ചില്ല. കാവിൽനട ക്ഷേത്രമൈതാനത്തുപോയി അൽപ്പനേരം വിശ്രമിക്കുവാൻ ആഗ്രഹിച്ചു. മൈതാനത്തിന്റെ പ്രധാനഭാഗത്തുണ്ടായിരുന്ന വലിയ ആല്, മാവ്, പ്ലാവ് ഇവയുടെ തണലിൽ എത്രയോ വിശ്രമിച്ചിട്ടുണ്ട്. മാവിൽനിന്നും പഴുത്തതും പഴുക്കാത്തതുമായ ധാരാളം മാങ്ങ പറിച്ചെടുത്തിട്ടുണ്ട്, എറിഞ്ഞ് വീഴ്ത്തിയിട്ടുമുണ്ട്. അടുത്തുണ്ടായിരുന്ന ചുമടുതാങ്ങിയിൽ കിടന്നിട്ടുണ്ട്. താഴേയ്ക്ക് എടുത്തുചാടി ഓടി കളിച്ചിട്ടുണ്ട്. ഇന്നത്തെ പരിതാപകരമായ അവസ്ഥ എന്നെ വേദനിപ്പിച്ചു. മരങ്ങൾ എല്ലാം വെട്ടി. ചുമടുതാങ്ങി പിഴുതുമറിച്ച് ദൂരെ മാറ്റിയിട്ടിരിക്കുന്നു. എല്ലാം റോഡുവികസനത്തിന്റെ ഭാഗമായിട്ടാണ്. നിത്യവും കുളിക്കാറുള്ള കുളക്കരയിൽ തലയെടുപ്പോടെ നിന്നിരുന്ന ഇലഞ്ഞിമരവും കാഞ്ഞിരമരവും കാണാനില്ല. പഴയ പുൽത്തകിടി പോലുമില്ല. ചുറ്റുപാടുമുണ്ടായിരുന്ന ഓല വീടുകൾ കാണ്മാ

നില്ല. അവിടെയും കോൺക്രീറ്റ് സൗധങ്ങൾ മാത്രം. അപരിചിതരെങ്കിലും ചിലരോടൊക്കെ ചോദിച്ച് വിവരങ്ങൾ മനസിലാക്കി. ഗൾഫിലെ പണമാണ് നാട്ടിലെ സമ്പത്തിന്റെയും സമൃദ്ധിയുടെയും രഹസ്യം.

വിശ്രമമേകാൻ ഒരു താവളമില്ല. അടുത്തുണ്ടായിരുന്ന കാവിനെ തലോടി വന്നിരുന്ന സുഗന്ധവാഹിനിയായ കുളിർമയുള്ള കാറ്റ് അന്യമായിരിക്കുന്നു. ക്ഷേത്രമൈതാനവും ക്ഷേത്രക്കുളവും കടന്ന് സാവധാനം നടന്ന് ഊടുവഴിയിലേക്കു തിരിഞ്ഞു. പൂർവകാല സ്മരണകൾ വീണ്ടും വെളിച്ചം കാണുന്നു. ആദ്യത്തെ വീടുതന്നെ ശരണം. പണ്ട് കളിച്ച് ക്ഷീണിച്ച് ഓടിച്ചെല്ലുന്നത് അങ്ങോട്ടായിരുന്നു. അവിടത്തെ മത്തായിമാപ്പിള എന്റെ കുട്ടിക്കാലത്ത് എന്നെ എടുത്തോണ്ട് നടന്നിട്ടുണ്ട്. അരോഗദൃഢഗാത്രൻ. ചുമടെടുപ്പാണ് പ്രധാന ജോലി. എത്ര വലിയ ചുമടായാലും മത്തായിമാപ്പിളക്ക് നിസ്സാരം. ഭാര്യ ഏലിയാമ്മ പെമ്പിളയ്ക്ക് മോരു കച്ചവടമാണ്. മകൻ പത്രോസ് എന്റെ സഹപാഠി. സ്വന്തം വീട്ടിലെപ്പോലെ എനിക്ക് അവിടെ സ്വാതന്ത്ര്യമുണ്ട്. ക്ഷീണം തീർക്കാൻ ഏലിയാമ്മ പെമ്പിളയുടെ ഒരു പാത്രം മോരിൻവെള്ളം കുടിച്ചാൽ മതി. ധൈര്യം സംഭരിച്ച് കയറ്റം കയറി മുന്നോട്ടു നീങ്ങി. വലതു വശത്തേക്കു നോക്കി. സ്ഥലഭ്രംശം സംഭവിച്ചുവോ? പണ്ട് ഓലകെട്ടിയ ഒരു ചെറിയ വീടിന്റെ സ്ഥാനത്ത് ഇപ്പോൾ കോൺക്രീറ്റ് സൗധം. ചുറ്റുപാടുമുണ്ടായിരുന്ന കശാലകൾക്കുപകരം കൂറ്റൻ കരിങ്കൽ മതിലുകൾ. വലിയ ഗേറ്റ്. അതിൽ വീടിന്റെ പേര് ഇംഗ്ലീഷിൽ JASMINE എന്ന് കാണാം. വടക്കേപ്പറമ്പ് എന്നായിരുന്നു പണ്ടത്തെ പേര്. പണ്ട് കുചേലൻ ശ്രീകൃഷ്ണന്റെ അതിഥിയായി കഴിഞ്ഞിട്ട് തിരികെ സ്വന്തം വീട്ടിൽ എത്തിയപ്പോഴുണ്ടായതായി പറയപ്പെടുന്ന മാനസിക വിഭ്രാന്തി. എല്ലാമേ മായാജാലം.

ഒരു ഗവേഷണവിദ്യാർഥിയെപ്പോലെ പഴയസഞ്ചിയും തോളത്തു തൂക്കി വീടിന്റെ പടി കയറി. അകത്തേക്കു കടന്നപ്പോൾ ആധുനികരീതിയിലുള്ള മനോഹരമായ വീട്ടുപകരണങ്ങൾ. സ്വയം ഉപവിഷ്ടനായി "മത്തായി മാപ്പിള അല്ലേ?" ഞാൻ ചോദിച്ചു. "പണ്ട് അപ്രകാരം ആളുകൾ വിളിച്ചിരുന്നു. പരിഷ്കരിച്ച് ഇപ്പോൾ M A Thai (എം എ തായ്) എന്നാക്കി. ഗൾഫിലുള്ള മകനാണ് അപ്പച്ചന് ഈ നാമകരണം ചെയ്തത്" ഹി, ഹി, ഹി പല്ലിളിച്ച് കുലുങ്ങിക്കുലുങ്ങിച്ചിരിച്ചുകൊണ്ട് പറഞ്ഞു. വായിലെ പല്ലുകൾ ഞാൻ ശ്രദ്ധിച്ചു, സ്വർണനിറം. ആധുനികമായ വല്ല ദന്തചൂർണത്തിന്റെയും നിറമാണോ എന്ന് കാകദൃഷ്ടികൾ ചലിപ്പിച്ച് ഗവേഷണത്തിന് തുനിഞ്ഞപ്പോൾ എന്റെ സംശയം ദൂരീകരിക്കാനെന്നവണ്ണം മത്തായിമാപ്പിള അഥവാ എം എ തായി വിശദീകരിച്ചു. "കൊഴിഞ്ഞുപോയ പല്ലുകൾക്കുപകരം സ്വർണപ്പല്ലുകൾ വച്ചു. വിദഗ്ധനായ ഒരു ദന്തഡോക്ടർ സഹായിച്ചു. കാശ് കുറെ ആയി. സാരമില്ല. പേർഷ്യയിലെ പണമല്ലേ. പിന്നെ പിള്ളേരുടെ നിർബന്ധം." ചക്കയ്ക്കു കൂടുകെട്ടുന്നതുപോലെ ചില പല്ലുകൾക്കു സ്വർണം പൂശിയിട്ടേയുള്ളൂ. അവ ബലക്ഷയ

മുള്ള പല്ലുകളാണ്. സകലതിനോടും പുച്ഛഭാവം തോന്നിക്കുന്നതുമാതിരിയുള്ള ചിരി. അതാണ് ഇന്നു കണ്ട എം എ തായി.

ഏലിയാമ്മ പെമ്പിള എവിടെ? എന്ന് ആരാഞ്ഞുകൊണ്ട് ഞാൻ അടുക്കള ഭാഗത്തേക്ക് നീങ്ങിയപ്പോൾ എഴുന്നേറ്റ് നടക്കാൻ പ്രയാസപ്പെടുന്ന ഒരു വൃദ്ധ ശബ്ദംകേട്ട് നിരങ്ങിനിരങ്ങി മുന്നോട്ടു വന്നു. തമാശ രൂപേണ ഞാൻ ചോദിച്ചു. "അമ്മച്ചിയുടെ പേരിന് മാറ്റമൊന്നുമില്ലല്ലോ." അതിനു മറുപടി പറഞ്ഞത് 'തായി' തന്നെയാണ്. അടിമുടി മാറ്റമില്ല. ചെറിയ പരിഷ്കാരം വരുത്തി 'ആലീസ്' എന്നാക്കി. ഹി ഹി ഹി എന്നു ചിരിച്ചു. എന്നെപ്പറ്റി കൂടുതൽ വിവരങ്ങൾ അവർ ആരാഞ്ഞു. ഞാൻ തറവാട്ടുവീട്ടിലെ ഇളയമകൻ ബാലൻ ആണെന്നു പറഞ്ഞപ്പോൾ അവർ അത്ഭുതപരതന്ത്രരായി. ഏലിയാമ്മ പെമ്പിളയും എന്റെ അമ്മയും സഹോദരങ്ങളെപ്പോലെ കഴിഞ്ഞവരായിരുന്നു. ആ വൃദ്ധ എന്റെ രണ്ടുകൈയും കൂട്ടിപ്പിടിച്ച് ഉമ്മവെച്ച് കണ്ണുനീർ പൊഴിച്ചു. കണ്ണുകൾ കുടുകുടാ നിറഞ്ഞൊഴുകി. തറവാട്ടുവീട്ടിലെ കാര്യങ്ങൾ തുറന്നുവിട്ടു. താൻ നാടുവിട്ട് ഏതാനും വർഷം കടുത്ത ദുഃഖവും കണ്ണുനീരുമായി കഴിഞ്ഞ അമ്മ മരിച്ചു. മകനെക്കുറിച്ച് ആധിമൂത്ത് വ്യാധിയായതാണ്. വീടും പറമ്പും വിറ്റ് സഹോദരങ്ങൾ അന്യസ്ഥലങ്ങളിലേക്കു കുടിയേറി. ഇങ്ങോട്ടു വരാറില്ല. "മോൻ വല്ല അപകടത്തിലുംപെട്ട് മരിച്ചുപോയിട്ടുണ്ടാകുമെന്നാണ് എല്ലാവരുടെയും വിശ്വാസം." അവരുടെ വിങ്ങിക്കരച്ചിൽ തുടർന്നുകൊണ്ടേയിരുന്നു. പത്രോസിന്റെയും മറ്റും കാര്യം ഞാൻ അന്വേഷിച്ചു. "അവർ എല്ലാം അക്കരെയാണ്." നാക്കു കുഴഞ്ഞപ്പോൾ ഞാൻ ചോദിച്ചു: "മോരിൻ വെള്ളം ഉണ്ടോ അമ്മച്ചീ?" അവശയായി അവർ പറഞ്ഞു: "അതൊക്കെ നിർത്തിയിട്ട് എത്രയോ കാലമായി. കുഞ്ഞ് അതൊക്കെ ഇപ്പോഴും ഓർക്കുന്നുണ്ടല്ലോ." അപ്പോൾ മത്തായി മാപ്പിള വിട്ടില്ല: "മോരിൻവെള്ളം ഇല്ലെങ്കിലും ഫോറിൻ വെള്ളം ഉണ്ട്. ഹി ഹി ഹി" അയാൾ മുരണ്ടു. ഞാൻ നിഷേധരൂപേണ ആംഗ്യം കാട്ടി.

അവിടെ ഇരുന്നിട്ട് കാര്യമില്ലെന്നുകരുതി അവരോടു യാത്രപറഞ്ഞ്, തറവാട്ടുവീട്ടിലേക്കുപോലും പോകാതെ ദുഃഖസ്മൃതികളോടുകൂടി വിടവാങ്ങി. ഇടവഴിയിലേക്കു തിരികെ ഇറങ്ങി കാവിൽനടഭാഗത്തുകൂടി ചുറ്റി വന്നവഴിക്ക് പിൻവാങ്ങി. ലക്ഷ്യമില്ലാതെ അനന്തമായ യാത്ര തുടർന്നു.

അനന്തം അജ്ഞാതം അവർണനീയം

രാത്രിയുടെ നാലാം യാമം. പുലർച്ചക്കോഴി കൂവി അരുണോദയത്തിന് നാന്ദി കുറിച്ചു. ഭക്തജനങ്ങൾ മുങ്ങിക്കുളിച്ച് ആശ്രമപരിസരത്തെ സമീപിച്ചുകൊണ്ടിരിക്കുന്നു. അന്ന് അവർക്കൊരു പുണ്യദിനമാണ്. ജ്യോതിർമയിദേവിയുടെ ജന്മദിനം. എല്ലാവർഷവും ജന്മദിനം ആഘോഷിക്കാറുണ്ടെങ്കിലും ഇക്കൊല്ലം അതുപോലെയല്ല. അറുപതാം പിറന്നാളാണ്. 'ഷഷ്ട്യബ്ദപൂർത്തി.' ശിഷ്യഗണങ്ങൾ തന്നെയാണ് ആഘോഷത്തിന്റെ ചുക്കാൻ പിടിക്കുന്നത്. പ്രാർഥനയിലൂടെ സായൂജ്യമടയാൻ ആശ്രമത്തിൽ ഭക്തജനത്തിരക്ക് എന്നുമുണ്ടെങ്കിലും ഇന്ന് ഉഷഃപൂജ മുതൽ പലപല ചടങ്ങുകൾക്ക് പങ്കാളികളായുള്ള ഒരു കൂട്ടായ്മയാണ്. ആത്മീയജ്ഞാനികൾ, രാഷ്ട്രീയ പ്രവർത്തകർ, ഉന്നത ഉദ്യോഗസ്ഥന്മാർ, വലിയ ബിസിനസുകാർ, സമൂഹത്തിലെ മഹത്വ്യക്തികൾ എല്ലാം അവരിൽപ്പെടും. വൃദ്ധരായ സ്ത്രീജനങ്ങളാണ് ആഗതരുടെ എണ്ണത്തിൽ ബഹുഭൂരിപക്ഷവും. അവരുടെ മാനസികാസ്വാസ്ഥ്യങ്ങളുടെയും പിരിമുറുക്കത്തിന്റെയും വേരറുക്കുവാനും ശാന്തികവാടം തുറക്കുവാനും ഇവിടെ എത്തുന്നു.

'ചുരുട്ടിമല' അടിവാരത്ത് ഈ പുണ്യാശ്രമം സ്ഥാപിച്ചിട്ട് എത്രവർഷമായെന്ന് നാട്ടുകാർക്ക് അറിഞ്ഞുകൂടാ. ആരും അതേപ്പറ്റി അന്വേഷിക്കാറുമില്ല. അല്ല, ഒരു പുണ്യസങ്കേതത്തിന്റെ പശ്ചാത്തലത്തെപ്പറ്റി അന്വേഷിക്കേണ്ട കാര്യവുമില്ല. ഭക്തിസാന്ദ്രമായ ഒരു അന്തരീക്ഷം ആശ്രമത്തിനുണ്ട്. പ്രകൃതി വാരിക്കോരി അനുഗ്രഹിച്ചിരിക്കുന്ന പ്രകൃതിരമണീയമായ സ്ഥലമാണ്. കാട്ടരുവികൾ 'ആയിരം പാദസരങ്ങൾ കിലുക്കി' ആശ്രമപരിസരത്തുകൂടി മന്ദഗമനം നടത്തുന്നു. പ്രശാന്തസുന്ദരമായ ഭൂപ്രദേശം ദേവശിൽപ്പി വിശ്വകർമാവിന്റെ സൃഷ്ടിവൈഭവത്തെ വെല്ലുന്ന രൂപകൽപ്പന.

ആശ്രമം ഒരു പ്രാർഥനാലയം മാത്രമല്ല, ആതുരാലയം കൂടിയാണ്. ജീവിതമാർഗം അടഞ്ഞ് ഇരുട്ടിൽ തപ്പി നടക്കുന്നവർക്ക് ഒരു അത്താണി. തൃക്കാർത്തിക, തിരുവാതിര, ശിവരാത്രി തുടങ്ങിയ വിശേഷദിനങ്ങളിൽ വിശേഷാൽ പൂജയും പ്രാർഥനയുംകൊണ്ട് ഭക്തിലഹരിയിൽ ആറാടുന്ന അവസ്ഥാവിശേഷം. ആവർത്തനത്തിന്റെ വിരസത അശേഷമില്ലാതെയുള്ള ചടങ്ങുകൾ. അന്നദാനച്ചടങ്ങിൽ പാവപ്പെട്ടവരെന്നോ പണക്കാരെന്നോ ഭേദമില്ലാതെ എല്ലാ ഭക്തജനങ്ങളും പങ്കെടുക്കുന്നു.

ജ്യോതിർമയിദേവിയെ 'അമ്മ'യെന്നാണ് ഭക്തജനങ്ങൾ വിളിച്ചിരുന്നത്. ആശ്രമജീവിതത്തിലേക്കു കടക്കുന്നതിനു മുമ്പുള്ള പശ്ചാത്തലത്തെപ്പറ്റി ആരും അന്വേഷിച്ചില്ല. പൂർവകാലചരിത്രം ഏവർക്കും അജ്ഞാതമാണ്. രോഗം ബാധിച്ച കുട്ടികളെ ആശ്രമത്തിൽ കൊണ്ടുവന്നാൽ അമ്മ അനുഗ്രഹിച്ച് ആശീർവദിച്ച് സുഖപ്പെടുത്തിയിട്ടുണ്ട്. ദേവിയുടെ മടിയിൽ ഇരുത്തി മന്ത്രം ജപിച്ച് തീർഥം നൽകി അസുഖം മാറ്റിയ അനുഭവങ്ങൾ പ്രചരിച്ചിട്ടുണ്ട്. കുട്ടികൾ മാത്രമല്ല വയോവൃദ്ധരും അമ്മയുടെ പരിചരണവും അനുഗ്രഹവും കൊണ്ട് രോഗവിമുക്തരായിട്ടുണ്ട്. ദേവിയുടെ ദിവ്യശക്തിയിൽ ഏവർക്കും അടിയുറച്ച വിശ്വാസമാണ്.

ഉഷഃപൂജയേക്കാൾ സന്നാഹങ്ങളോടെയാണ് ഉച്ചപൂജ നടത്തുന്നത്. ദൂരെ ദിക്കിൽ നിന്നുപോലും ആത്മീയാചാര്യന്മാർ എത്താറുണ്ട്. അന്തേവാസികൾക്കും ഭക്തജനങ്ങൾക്കും ആശീർവാദം തേടി എത്തുന്ന ഏവർക്കും സദ്യ നൽകുന്നു.

ഷഷ്ട്യബ്ദ്പൂർത്തിയാഘോഷത്തിന്റെ പരിസമാപ്തി കുറിച്ചുകൊണ്ട് അന്തിക്കതിരോൻ തന്റെ സുവർണ കരങ്ങൾകൊണ്ട് ദേവിയെയും ആശ്രമത്തെയും തലോടിയപ്പോൾ ഭക്തജനങ്ങൾ അഹമഹമികയാ ആശ്രമാങ്കണത്തിൽ എത്തി. ത്രിമൂർത്തികളെ പ്രതിഷ്ഠിച്ചിട്ടുണ്ടെങ്കിലും അർധനാരീശ്വരനായ മഹേശ്വരനാണ് പ്രാധാന്യം എന്നുതോന്നും. ദീപാരാധന സമയത്ത് തിരക്കിന്റെ ആധിക്യം അവിടെയാണ്. ഭജനയും കീർത്തനാലാപങ്ങളും കഴിഞ്ഞ് ദേവിയുടെ പാദശുശ്രൂഷ അഥവാ പാദം തൊട്ടുവന്ദിക്കൽ പൂർത്തിയായാൽ ചടങ്ങുകളുടെ അന്തിമഘട്ടമെത്തി. അത്താഴസദ്യ ഒരു സമൂഹസദ്യയായിരുന്നു. ദേവി ഉൾപ്പെടെ എല്ലാവരും ഒരേ പന്തിയിൽ. ചിലരൊക്കെ ദേവിക്ക് കാണിക്ക അർപ്പിക്കുന്ന കാര്യത്തിലും താൽപ്പര്യം കാണിച്ചു. ഓരോരുത്തരായി മനസില്ലാമനസോടെയാണെങ്കിലും ആശ്രമത്തോടു വിടപറഞ്ഞു. അന്തേവാസികളും ശിഷ്യഗണങ്ങളും വിശ്രമത്തിലേക്കു ചരിഞ്ഞു.

നിശയുടെ രണ്ടാം യാമം. പ്രായാധിക്യംകൊണ്ട് അവശത തോന്നിക്കുന്ന ഒരു താടിക്കാരൻ സാവകാശം പടികടന്നു വന്നു. 'പ്രവേശനമില്ല' എന്ന ബോർഡു കണ്ട് മടിച്ചുനിന്നു. ദേവി ഉൾക്കണ്ണുകൊണ്ടു മനസിലാക്കി അകത്തേക്കു ക്ഷണിക്കാൻ കാവൽക്കാരനോട് ആംഗ്യഭാഷയിൽ സംസാരിച്ചു. ആഗതൻ ആശ്രമത്തിന്റെ വെണ്ണക്കൽപ്പടവുകൾ ചവിട്ടി അകത്തേക്കു കടന്നു.

"വത്സാ, ആസനസ്ഥനായാലും. മോക്ഷമാർഗം തേടിയുള്ള തീർഥയാത്രയിൽ ആശ്രമസന്ദർശനത്തിനെത്തിയതായിരിക്കും?'' ദേവി ആരാഞ്ഞു. "സർക്കാർ സർവീസിൽനിന്നും വിരമിച്ച ഒരു മുതിർന്ന പൗരന് മോഹവും മോഹഭംഗവും അന്യമാണ്. ദേവിയെപ്പറ്റി കേട്ടറിഞ്ഞുവന്നതാണ്. ദർശനം ലഭിച്ചിട്ട് അനുഗ്രഹം വാങ്ങി പോകാമെന്നുള്ള അഭിലാഷം മാത്രം." അയാൾ പ്രതിവചിച്ചു. ആഗതനെ അന്ന് അവിടെ അതിഥിയായി താമസിപ്പിക്കുവാനുള്ള ഏർപ്പാട് ചെയ്തു. അയാൾ ദേവിയുടെ പാദങ്ങളിൽ നമസ്കരിക്കാൻ തുടങ്ങിയപ്പോൾ അവർ തടഞ്ഞു.

അനുഗ്രഹവും ആശീർവാദവും അർപ്പിക്കുന്നതിനുമുമ്പായി ആഗതൻ അഭിമുഖമായി ഉപവിഷ്ടനായപ്പോൾ ദേവി തന്റെ പരിവർത്തന കഥയുടെ ചുരുളുകൾ സാവകാശം അഴിക്കാൻ തുടങ്ങി. "ആ കണ്ണുകളിൽ വിഷാദത്തിന്റെയും ആകാംക്ഷയുടെയും നിഴലുകൾ ദർശിക്കുന്നുണ്ട്. ശങ്കരൻകുട്ടി എന്നുതന്നെയല്ലേ പേര്?" അയാൾ വായ് പൊളിച്ചിരുന്നുപോയി. പെട്ടെന്നു തന്നെ മനസ്സ് തുറന്നു. ദേവി തുടർന്നു: "പണ്ട് പണ്ട് ഒരു നാട്ടിൻപുറത്ത് അടുത്തടുത്ത വീട്ടിൽ ജനിച്ച് ഒരമ്മപെറ്റ ഇരട്ട മക്കളെപ്പോലെ കളിച്ചുവളർന്ന ശങ്കരൻകുട്ടിയും സരോജിനിയും. 'ഒരാൾക്കു മറ്റാൾ തണൽ ഈ നിലയ്ക്കായിരുന്നു ഹാ കൊച്ചുകിടാങ്ങൾ' എന്ന കവിവചനം അന്വർഥമായിരുന്നു. പഠിത്തത്തിൽ മികവുകാട്ടിയത് ശങ്കരൻകുട്ടിയായിരുന്നു. എന്നാൽ ശാരീരിക വളർച്ചയുടെ കാര്യത്തിൽ സരോജിനി അതിദ്രുതം മുന്നേറിക്കൊണ്ടിരുന്നു. പത്താംക്ലാസ് കഴിഞ്ഞതോടെ സരോജിനിയുടെ പഠനം അസ്തമിച്ചു. "പെൺകുട്ടിയല്ലേ ഇത്രയൊക്കെ പഠിച്ചാൽ മതി." സരോജിനിയുടെ എതിർപ്പ് അവഗണിച്ച് വീട്ടുകാർ ഏകപക്ഷീയമായി തീരുമാനിച്ചു. ശങ്കരൻകുട്ടി തുടർന്നും പഠിച്ചെങ്കിലും സരോജിനി കൂടെയില്ലാത്ത കലാലയജീവിതം അരോചകമായിരുന്നു. അവർ വഴിപിരിയേണ്ടിവന്നു.

സരോജിനി യഥാർഥത്തിൽ നീറുകയായിരുന്നു. ശങ്കരൻകുട്ടിയെ ഒരുനോക്കുകാണുവാൻപോലും മാർഗമില്ല. താൻ ഒറ്റപ്പെട്ടതായി ഒരു തോന്നൽ. ജീവിതം വഴിമുട്ടിയമാതിരി. ആഹാരകാര്യത്തിൽപ്പോലും താൽപ്പര്യമില്ലാതായി. വായനാതൽപ്പരയായിരുന്നതുകൊണ്ട് വായിക്കാൻ പുസ്തകം വാങ്ങാനെന്നു പറഞ്ഞ് ഇടയ്ക്കിടെ ശങ്കരൻകുട്ടിയുടെ വീട്ടിൽ അവൾ പോകുമായിരുന്നു. ക്രാന്തദർശിയായ മാതാവ് അതിന്റെ ഭവിഷ്യത്തും മനസിലാക്കി. ഈ പ്രായത്തിൽ ശങ്കരൻകുട്ടിയുമായുള്ള അമിതമായ അടുപ്പം അപകടത്തിലേക്കു ചാടിക്കും. "മോളെ ഇനി ആരുടെയെങ്കിലും കൂടെ പറഞ്ഞയയ്ക്കണം" സരോജിനിയുടെ അമ്മ ഭർത്താവിനോട് കുശുകുശുത്തു. നാളിതുവരെ അയാൾ ഇക്കാര്യം ആലോചിച്ചിരുന്നില്ലെങ്കിലും ഭാര്യയുടെ ദീർഘവീക്ഷണം അദ്ദേഹത്തിന്റെ മനസിനെ പിടിച്ചുകുലുക്കി.

എല്ലാ കല്യാണാലോചനകളോടും സരോജിനി മുഖം തിരിച്ചു നിന്നു. തൽക്കാലം വിവാഹമേ വേണ്ടെന്ന് പറഞ്ഞുനോക്കി. പക്ഷേ, അവളുടെ

പ്രതിഷേധം വായുവിൽ ലയിച്ചുചേർന്നതേയുള്ളൂ. വീട്ടുകാർ തിടുക്കത്തിൽ ആലോചന മുറുക്കി. വരനെക്കുറിച്ച് വിശദമായി അന്വേഷിക്കാനും തരപ്പെട്ടില്ല. വിവാഹം ആർഭാടപൂർവമായി നടത്തി. ശങ്കരൻകുട്ടി ഒരു പരിചാരകനെപ്പോലെ മൂകനായി ഓടിനടന്ന് എല്ലാറ്റിനും പങ്കുകൊണ്ടു.

സരോജിനി ഭർതൃഗൃഹത്തിലേക്കു പോകുന്നതിനുമുമ്പ് ശങ്കരൻകുട്ടിയോടു യാത്ര ചോദിക്കാൻ മറന്നില്ല. കണ്ണുനീർ വാർത്തുകൊണ്ടുള്ള വിടവാങ്ങൽ.

സരോജിനിയും ഭർത്താവുംകൂടി നേരെപോയത് ഭർതൃസഹോദരിയുടെ വീട്ടിലേക്കാണ്. അയാൾക്ക് സ്വന്തമായി വീടില്ല. പ്രത്യേകിച്ച് ഒരു തൊഴിലുമില്ല. ദിവസവും രാത്രി മദ്യപിച്ചാണ് വീട്ടിൽ വരുന്നത്. ഓരോ ദിവസം കഴിയുന്തോറും ദുരിതങ്ങളുടെ കെട്ടഴിയുകയാണ്. അവൾ ധരിച്ചിരുന്ന ആഭരണങ്ങൾ ഒന്നൊന്നായി അയാൾ പിടുങ്ങി. മുൻപ് അയാൾ ഒരു വിവാഹം കഴിച്ചിരുന്നുവെന്ന കാര്യവും അവൾ മനസിലാക്കി. അവർക്ക് സാമ്പത്തികസഹായം നൽകുന്നതിനും മറ്റു കടംവീട്ടാനും സ്ഥിരമായി മദ്യപിക്കാനുമായിരുന്നു അവളുടെ ആഭരണങ്ങൾ അപഹരിച്ചത്. അവൾ എതിർത്തപ്പോൾ ബലപ്രയോഗത്തിലൂടെ വീണ്ടും ആഭരണങ്ങൾ കൈക്കലാക്കുകയും ഭീകരമായി മർദിക്കുകയും ചെയ്തു. അയാളുടെ ദുർനടപടികൾ അനുസ്യൂതം തുടർന്നു. കൂടുതൽ പണം ആവശ്യപ്പെട്ട് വീട്ടിൽ വന്ന് മാതാപിതാക്കളെ ശല്യം ചെയ്യാൻ തുടങ്ങി. താമസംവിനാ അച്ഛനമ്മമാർ മനസില്ലാമനസോടെ ആത്മാഭിമാനം പണയംവച്ച് മകന്റെ വീട്ടിലേക്ക് താമസം മാറ്റി. അതോടെ സരോജിനിയും ഭർത്താവും അവിടെ ആധിപത്യം ഉറപ്പിച്ചു. പിന്നെയും അയാളുടെ ക്രൂരകൃത്യങ്ങൾ തുടർന്നുപോന്നു.

ഏറെത്താമസിയാതെ സരോജിനി മാനസിക വിഭ്രാന്തി കാട്ടിത്തുടങ്ങി. ആഹാരം വലിച്ചെറിയുക, പൊട്ടിച്ചിരിക്കുക, അട്ടഹസിക്കുക, നിലവിളിക്കുക, മണ്ണുംകല്ലും വാരി ആളുകളെ എറിയുക, അസഭ്യങ്ങൾ വിളിച്ചു പറയുക തുടങ്ങി ഒരു മനോരോഗിയുടെ സകല ലക്ഷണങ്ങളും പ്രകടമാക്കി. തുടർന്ന് അവളെ ഒരു മുറിയിൽ പൂട്ടിയിട്ടു. രോഗത്തിന് യാതൊരു ശമനവും ഉണ്ടായില്ല. അവളുടെ ഭർത്താവാകട്ടെ ഈ സമയം കൊണ്ട് കുടുംബത്തിൽനിന്നും ശേഖരിക്കാവുന്ന ദ്രവ്യവുംകൊണ്ട് സ്ഥലം വിട്ടു. സ്നേഹസമ്പന്നരായ വീട്ടുകാർ നാട്ടുകാരിൽ ചിലരുടെ സഹായത്തോടെ മാനസിക ചികിത്സാകേന്ദ്രത്തിൽ എത്തിച്ചു.

സാവകാശം സ്നേഹമസൃണമായ ചികിത്സകൊണ്ടും പരിലാളനകൾ കൊണ്ടും അവളിൽ അത്ഭുതകമായ മാറ്റങ്ങൾ പ്രകടമായി. ക്രമേണ മാനസിക നില സാധാരണപോലെയായി. ആശുപത്രിയിൽനിന്നും വിടുതൽ ചെയ്തു. അവൾ ചിന്താധീനയായി. 'എങ്ങോട്ടുപോകാൻ?' സ്വന്തം വീട്ടിലേക്കു പോകാൻ മനസ്സ് അനുവദിച്ചില്ല. ഒരു ഭ്രാന്തിയെന്ന് മുദ്രകുത്തപ്പെട്ട അവളോട് നാട്ടുകാരും വീട്ടുകാരുമെല്ലാം അവജ്ഞയോടെ മാത്രമേ പെരുമാറുകയുള്ളൂ. ഒടുവിൽ സ്വയം ഒരു തീരുമാനത്തിലെത്തി.

അറിയപ്പെടുന്ന ഒരു ആശ്രമത്തിൽ അഭയം തേടി. ആശ്രമത്തിലെ അന്തേവാസിയായി. സന്യാസിനിക്ക് ഇണങ്ങുന്ന വസ്ത്രങ്ങളും പുതിയ പേരും സ്വീകരിച്ചു.

ആശ്രമജീവിതം അവൾക്ക് അഭികാമ്യമായി. ആത്മീയ കാര്യങ്ങളിൽ അവഗാഹമായ പരിജ്ഞാനം നേടി. അന്ധകാരത്തിൽനിന്നും വെളിച്ചത്തിലേക്ക് ഒരു കുതിച്ചുചാട്ടം. ലക്ഷണമൊത്ത ഒരു യോഗിനിയായി പരിവർത്തനം ചെയ്യപ്പെട്ടു. ഭക്തജനങ്ങൾ ദേവിയെന്നു വിളിക്കാൻ തുടങ്ങി. നഗരാതിർത്തിയിൽ തന്നെയുള്ള ഒരു പുണ്യാശ്രമമായിരുന്നതിനാൽ ദേവിക്ക് ഒരു ഉൾഭയം. വീട്ടുകാരോ നാട്ടുകാരോ ആരെങ്കിലും തിരിച്ചറിഞ്ഞ് കൂട്ടിക്കൊണ്ടുപോകാൻ ഒരുമ്പെടുമോ എന്ന് ഒരാശങ്ക. ചുരുങ്ങിയ സമയംകൊണ്ട് ഒരു ജീവിതകാലം മുഴുവനും അനുഭവിക്കേണ്ട ദുരിതം അനുഭവിച്ച ഭൂതകാലം. ഇനി വേവലാതിപ്പെടാനൊന്നുമില്ല. തന്റെ ഭാവി സുരക്ഷിതമാക്കണമെന്ന് ഉറപ്പിച്ചു, മുന്നോട്ടുതന്നെ. സ്വയം ജ്യോതിർമയിദേവിയായി നാമകരണം ചെയ്തു.

ഏറ്റവും വിശ്വസ്തരായ രണ്ടുകുട്ടി സന്യാസിമാരെ അനുചരന്മാരായി കൂട്ടി ആശ്രമത്തോടു വിടവാങ്ങി. പുതിയ മേച്ചിൽസ്ഥലം തേടിയുള്ള യാത്ര. ആരുമറിയാത്ത ഒരു താവളം. അതായിരുന്നു ലക്ഷ്യം. വിവിധ സ്ഥലങ്ങൾ പരതിയെങ്കിലും ഒടുവിൽ 'ചുരുട്ടുകുത്തി മലയടിവാരം' തന്നെ അനുയോജ്യമെന്നു കണ്ടെത്തി.

പുകപടലം നിറഞ്ഞ തന്റെ ഭൂതകാലജീവിതമാകുന്ന ചെപ്പുകുടം ദേവി തുറന്നു വിട്ടപ്പോൾ ആഗതൻ അത്ഭുതപരതന്ത്രനായി. വികാരവിവശനായി ഇടയ്ക്കിടെ കണ്ണുനീർ പൊഴിക്കുന്നുണ്ടായിരുന്നു. അയാൾ തന്റെ ഭൂതകാലത്തെപ്പറ്റി ഓർത്ത് നെടുവീർപ്പിട്ടു. പിന്നെ, ശാന്തസ്വരത്തിൽ പറഞ്ഞു:

"അനന്തം, അജ്ഞാതം, അവർണനീയം.

സ്വന്തം ഭർത്താവിന്റെ ചെയ്തികൾകൊണ്ട് മനോരോഗികളായിത്തീർന്ന എത്രയോ നാരികൾ ഈ ഭാരതത്തിൽ ഉണ്ട്. ചിലരൊക്കെ ആത്മഹത്യയിൽ അഭയം കണ്ടെത്തുന്നു." ദേവി തുടർന്നു, "ആരെയും ഞെട്ടിക്കുന്ന ഒരു പരമാർഥം കൂടി വെളിപ്പെടുത്താനുണ്ട്. എന്നെ ഭ്രാന്തിയെന്ന് മുദ്രകുത്തുമ്പോഴും എനിക്ക് ഭ്രാന്തിന്റെ കണികപോലുമില്ലായിരുന്നു. ഭ്രാന്ത് അഭിനയിക്കുകയായിരുന്നു. ഭർത്താവെന്ന രാക്ഷസനിൽ നിന്നും രക്ഷപ്പെടാൻ മറ്റു മാർഗമൊന്നുമില്ലായിരുന്നു." ശങ്കരൻകുട്ടി കണ്ണുമിഴിച്ച് ഇരുന്നുപോയി.

അവർ പരസ്പരം ഉള്ളുതുറന്നു. ഏറെനേരം പഴയ ശങ്കരൻകുട്ടിയും സരോജിനിയുമായി മാറി. കുട്ടിക്കാലത്തെ അനുഭവങ്ങൾ പങ്കുവെച്ച് ആമോദിച്ചു.

ദേവിയുടെ അമാനുഷികമായ കഴിവുകളെ ശങ്കരൻകുട്ടി സംശയരൂപേണ ആരാഞ്ഞു. അതിനുള്ള മറുപടിയും ഒരു പുതിയ അറിവായിരുന്നു. "അതൊക്കെ ഒരു മിഥ്യാധാരണ മാത്രം. ആശ്രമത്തിന് ചുറ്റും

തുളസി, ശംഖുപുഷ്പം, കൂവളം, വേപ്പ് തുടങ്ങിയ ധാരാളം ഔഷധച്ചെടികൾ വളർത്തുന്നുണ്ട്. ചിലതൊക്കെ പച്ചിലയായും പുഷ്പമായും മറ്റു ചിലത് ഉണക്കിപ്പൊടിച്ചും സൂക്ഷിക്കുന്നു. ഔഷധമായി രോഗികൾക്കു കൊടുക്കുന്നു. പച്ചവെള്ളവും പച്ചമരുന്നും കൂടുന്നത് സിദ്ധൗഷധമാണ്. അതോടൊപ്പം എന്റെ മന്ത്രത്തിലുള്ള വിശ്വാസവും ദൈവാനുഗ്രഹവും കൂടിയാകുമ്പോൾ പല രോഗങ്ങളും മാറുന്നുണ്ട്. രോഗി രക്ഷപ്പെടുന്നു."

ശങ്കരൻകുട്ടിയുടെ കുടുംബജീവിതത്തെപ്പറ്റി ആകാംക്ഷയോടെ ദേവി ആരാഞ്ഞു. "താൻ ഒരു വിവാഹം കഴിച്ചെങ്കിലും ദാമ്പത്യജീവിതം ദീർഘിച്ചില്ല. അയാളും സരോജിനിയും സ്നേഹത്തിലായിരുന്നെന്നും അതിനു വിഘ്നം നേരിട്ടതുകൊണ്ടാണ് അവൾക്ക് ഭ്രാന്ത് പിടിച്ചതെന്നും നാട്ടിൽ പരദൂഷണം പറഞ്ഞുപരത്തി. ഭാര്യയോടും ചിലരൊക്കെ ഓതിക്കൊടുത്തു. താൻ വഞ്ചകനാണെന്നു പറഞ്ഞ് അവൾ പിണങ്ങി ഇറങ്ങിപ്പോയി. പിന്നീട് ഒന്നും അറിഞ്ഞിട്ടില്ല. അന്വേഷിച്ചതുമില്ല." അതിനുള്ള ദേവിയുടെ മറുപടി ഒരു ദീർഘനിശ്വാസവും കണ്ണുനീർത്തുള്ളികളുമായിരുന്നു.

സർക്കാർസർവീസിൽ നിന്നും വിരമിച്ചതിനുശേഷം അൽപ്പം സാഹിത്യവും അതിലുപരി സാമൂഹ്യപ്രവർത്തനവും തീർഥയാത്രയും നാടുചുറ്റലുമായി നാളുകൾ തള്ളിനീക്കുന്നു. ദൈവശക്തിയുടെ മൂർത്തീകരണമായ ദേവിയുടെ ദർശനവും അനുഗ്രഹവും തേടി ഇവിടെയും എത്തിയതാണ്.

ദേവിയുടെ മനസിന് കുളിർമ. ആശ്രമത്തിൽ തുടർന്ന് സഹവാസിയായി കഴിയാൻ മനസനുവദിക്കുമോ എന്നു ചോദിച്ചു. അയാൾ നിഷേധരൂപത്തിൽ തലയാട്ടി. പ്രശസ്തിയുടെയും ഔന്നത്യത്തിന്റെയും കൊടുമുടിയിൽ എത്തിയിരിക്കുന്ന ദേവിയുടെ ഖ്യാതിക്ക് ഒരുപോറലുപോലും ഏൽപ്പിക്കുവാൻ അയാളുടെ മനസ്സ് അനുവദിച്ചില്ല. "എല്ലാം അറിഞ്ഞല്ലോ, കാർമേഘപടലങ്ങൾ ഒഴുകിമാറി അന്തരീക്ഷം തെളിഞ്ഞല്ലോ. ഇടയ്ക്കൊക്കെ വന്നു കണ്ടുകൊള്ളാം."

അടുത്ത ബ്രാഹ്മമുഹൂർത്തത്തിൽ തന്നെ ശങ്കരൻകുട്ടി ആരോടും പറയാതെ യാത്ര തുടർന്നു.

വെള്ളംകുടി

"**കു**ഞ്ഞേ, ഇതു പഴയ പരമുപിള്ളയാണ്. മേലതിൽ പരമുപിള്ള, നിങ്ങൾക്കൊക്കെ വളരെയധികം ദ്രോഹം ചെയ്തിട്ടുള്ള പരമുപിള്ള." കണ്ണുനീർ വീഴ്ത്തിക്കൊണ്ട് തൊഴുകൈയോടെ, ആ വൃദ്ധൻ മൊഴിഞ്ഞു. ഞാൻ തല ഉയർത്തിനോക്കി. "കാലം മാറി, എന്നെപ്പോലുള്ള പഴമക്കാർ നിലംപരിശായി, തകർന്നു തരിപ്പണമായി." ഞാൻ തല ഉയർത്തി ആഗതനെ വീക്ഷിച്ചു. എന്റെ മനസും ചിന്തയും വളരെ വർഷങ്ങൾ പിന്നോട്ടു പോയി. ഓർമച്ചെപ്പ് തുറന്നപ്പോൾ നാട്ടിൽ തകർന്നടിഞ്ഞ പല കുടുംബങ്ങളുടെ ദയനീയ ചിത്രങ്ങൾ തെളിഞ്ഞു വന്നു. അതിൽ എന്തുകൊണ്ടും മുൻപന്തിയിൽ നിൽക്കുന്ന മുടിചൂടാമന്നനായിരുന്ന ഒരു കുടുംബനാഥനായിരുന്നു എന്റെ മുമ്പിൽ നിൽക്കുന്ന വയോവൃദ്ധൻ.

ഒരു സായംസന്ധ്യ, നാട്ടുകാർ ആ വീട്ടിലേക്ക് ഓടിയെത്തുകയാണ്. ഒറ്റയ്ക്കൊറ്റയ്ക്കും കൂട്ടംകൂട്ടമായും. കൊച്ചുകുട്ടികൾ മുതൽ നവതി ആഘോഷിക്കാൻ കാത്തിരിക്കുന്നവർ വരെ. ആ വീട്ടിൽ "വെള്ളംകുടി" ആഘോഷമാണ്. അതൊരു തറവാട്ടുകേന്ദ്രമാണ്. വിശാലമായ പറമ്പ്. അടുത്തുതന്നെ ഒരു കുളവും കാവും ഉണ്ട്. മരിച്ചുപോയ പിതൃക്കളുടെ ആത്മാവിന് വേണ്ടിയുള്ള പൂജാദി കർമങ്ങൾ. കുടുംബത്തിലെ സർവാധിപതിയായിരുന്ന കാരണവർ. സമുദായ നേതാവും തികഞ്ഞ യാഥാസ്ഥിതികനും വിശിഷ്യ സ്ഥലത്തെ പ്രമാണിയുമായ മധ്യവയസ്കൻ പരമുപിള്ള ഏതാനും ദിവസങ്ങളായി വ്രതാനുഷ്ഠാനത്തിലാണ്. അരി ആഹാരം പോലും വർജിച്ചിരിക്കുകയാണെന്നാണ് ജനസംസാരം.

ബലിക്കല്ലിനടുത്ത് ഒരു പൂവൻകോഴി മയങ്ങിക്കിടക്കുന്നു. ഏതാനും കുപ്പികൾ നിരത്തി വച്ചിരിക്കുന്നു. അതിൽ മദ്യമാണ്. മൊന്തയിൽ വെള്ളം. അടുത്ത് പൂക്കളുടെ കൂമ്പാരം. ചെറുപഴങ്ങൾ അരിഞ്ഞും അരി

യാതെയും. നാളികേരം ഉടച്ചതും ഉടയ്ക്കാത്തതും. അവൽ, മലർ, സാമ്പ്രാണി എല്ലാം ഉണ്ട്. ഭക്തിജന്യമായ ഒരു അന്തരീക്ഷം. പൂജാദി കർമങ്ങൾ കുടുംബനാഥൻ തന്നെ ചെയ്യുന്നു. പരികർമികൾ ഒന്നിലധികം സഹായത്തിനുണ്ട്. രഹസ്യമായി ഒരു 'കുപ്പി' അകത്താക്കിയിട്ടാണ് പരിപാടി തുടങ്ങിയത്. കൈകൂപ്പി കണ്ണുമടച്ച് ധ്യാനനിമഗ്നനായി കുറെനേരം നിന്നു. എന്തും സംഭവിക്കാം. ആളുകൾ ആകാംക്ഷാഭരിതരായി കാത്തിരിക്കുന്നു. അവരിൽ പലരുടേയും നോട്ടം ഭക്ഷ്യവിഭവങ്ങളിലേക്കാണ്. പ്രത്യേകിച്ചും കുട്ടികളുടെ നോട്ടം. അനുഗ്രഹിച്ചു തുള്ളിക്കഴിയുമ്പോൾ സമാപനമായി ലഭ്യമാകുന്ന പ്രസാദം എന്ന 'മിശ്രിതം' പഴം മുതലായവയാണ് അവരുടെ ലക്ഷ്യം.

ഒരു അലർച്ചയോടുകൂടി പരമുപിള്ള അമ്മാവൻ മുന്നോട്ടുതുള്ളിച്ചാടി. മുമ്പിലിരുന്ന കുട്ടികൾ ഭയന്ന് പിന്നോട്ടുമാറി. മുറ്റത്താകെ തുള്ളിത്തുള്ളി ചാടുകയാണ്. 'ഊഹും-ഊഹും' കുപ്പി എടുക്കുന്നു. പരസ്യമായി വെള്ളം കുടിക്കുന്നു. മൃതിയടഞ്ഞ പിതൃക്കളെ പ്രീതിപ്പെടുത്താനാണ് ചടങ്ങുകൾ എല്ലാം. മിനിട്ടുകൊണ്ട് പണ്ടുപണ്ട് പ്രതാപശാലിയായിരുന്ന കേശു അമ്മാവൻ ആകുകയാണ്. പേരുകേട്ട സമ്പ്രതിപ്പിള്ള കേശവപിള്ള. കേശുമ്മാവൻ പരമുപിള്ള അമ്മാവന്റെ രൂപത്തിൽ തുള്ളിച്ചാടി അലറുകയാണ്. ഭാവഹാവാദികൾ എല്ലാം മാറി. 'ഊംഹും ഊംഹും' കാവിലേക്ക് ഒറ്റച്ചാട്ടം. പരികർമികളും മറ്റുള്ളവരും പിന്നാലെ പായുന്നു. എനിക്കാസ്ഥാനമില്ല. ഊഹും ഹ്രീം. മറ്റ് നാട്ടുപ്രമാണിമാരും കുടുംബാംഗങ്ങളിൽ ചിലരും വ്യാഖ്യാനിക്കാൻ തുടങ്ങി. 'കേശുമ്മാവനും മറ്റ് പിതൃക്കളും അലഞ്ഞു നടക്കുകയാണ്. അവരെ കുടിയിരുത്താനുള്ള ക്ഷേത്രം ഉണ്ടാവണം. വീണ്ടും വെളിച്ചപ്പാടായി തുള്ളിത്തുള്ളി തിരികെ വന്ന് ഞങ്ങളുടെ നേർക്കു തിരിഞ്ഞു. പുരോഗമനവാദികളും ഉൽപ്പതിഷ്ണുക്കളുമായ ഞങ്ങളോട് പരമുപിള്ളയ്ക്ക് പണ്ടേ വെറുപ്പാണ്. ക്രുദ്ധനായി ആക്രോശിച്ചു. "പെറുക്കികൾ ഒഴിഞ്ഞു തരണം. നശീകരണങ്ങൾ." അനുയായികൾ ഏറ്റുപറഞ്ഞു: "കാവും കുളവും ശുദ്ധമാകണമെങ്കിൽ കുടുംബത്തിൽ ഐശ്വര്യം ഉണ്ടാകണമെങ്കിൽ മൂശേട്ടകൾ ഒഴിയണം." ഏതാനും പേർ ആരാച്ചാരന്മാരെപ്പോലെ ചാടി എഴുന്നേറ്റു വന്ന് ഞങ്ങളെ പുറത്താക്കി. ഇതിൽ പ്രതിഷേധിച്ചവരെ പുലഭ്യം പറഞ്ഞു. "ഞാൻ അടുത്ത വർഷം വീണ്ടും വരും. ഊഹും ഊഹും." തുള്ളിത്തുള്ളി സുരക്ഷിതമായ ഭാഗത്ത് കേശു അമ്മാവനായ വെളിച്ചപ്പാട് കമിഴ്ന്നുവീണു. എല്ലാം ഭദ്രം.

ഈ സംഭവത്തിനുമുമ്പും അതിനുശേഷം, പഠിച്ചിട്ടും തൊഴിലില്ലാതെ നടന്ന ഞങ്ങളെ പലവിധത്തിലും ദ്രോഹിക്കുവാൻ ശ്രമിച്ചിട്ടുള്ള മൂരാച്ചികളുടെ നേതൃത്വം പരമുപിള്ളയ്ക്കായിരുന്നു.

ഞാൻ ചിന്താമഗ്നനായിരുന്നപ്പോൾ പരമുപിള്ള വീണ്ടും പറഞ്ഞു. "കുടുംബം ഭാഗം വച്ചു. പലരും വിറ്റു പെറക്കിപ്പോയി. കേസുകൾ പലതായി. വീടുപോലും ഭാഗം വച്ചു. കുടുംബം കുളം തോണ്ടിയെന്നു

പറയാം. ഞാൻ ഇപ്പോൾ ഒരു രോഗിയാണ്. കുഞ്ഞിനെപ്പറ്റി നാട്ടിൽ എല്ലാവരും ഒരുപാട് നല്ല അഭിപ്രായം പറയുന്നു. പോയിക്കാണുവാൻ പലരും പറഞ്ഞു. സഹായിക്കുമെന്ന്, എനിക്ക് മെഡിക്കൽ ആശുപത്രിയിലും ഒന്നു പോകണം."

ഞാൻ പോക്കറ്റിൽനിന്നും കുറച്ചു രൂപാ എടുത്തു കൊടുത്തു. വിറയ്ക്കുന്ന കൈകളിലേക്ക് വാങ്ങി. കണ്ണുനീർ പൊഴിക്കുന്നുണ്ടായിരുന്നു. ആശുപത്രിയിൽ പോകാൻ സഹായിക്കാമെന്നും പറഞ്ഞു. എന്നിട്ട് ചോദിച്ചു: "വർഷംതോറുമുള്ള വെള്ളം കുടിയും കാവിൽ അടിയന്തിരവും ഇപ്പോഴും ഉണ്ടല്ലോ?" അതിനുള്ള മറുപടി എന്നെ അത്ഭുതപ്പെടുത്തി. "കുളം നികത്തി വാഴ നട്ടിരിക്കുകയാണ്. 'കാവ്' ഇല്ലാതായി. വഴിക്ക് വീതി കൂട്ടിയപ്പോൾ കാവിന്റെ ഒരുഭാഗം റോഡായി മാറി. പുറമ്പോക്ക് സ്ഥലമെന്നാണ് പറയുന്നത്. അടുത്ത വീട്ടുകാർ കുറച്ച് ഭാഗം കൈയേറി. ആചാരങ്ങൾ ഇല്ലാതായി. എനിക്ക് വയ്യാണ്ടായപ്പോൾ ആരും ഏറ്റെടുക്കാനുമില്ല. ഒരുനേരം കഞ്ഞിക്കുള്ള വകപോലും വീട്ടിലുമില്ല. കുഞ്ഞിനെ ദൈവം അനുഗ്രഹിക്കും. ആയിരം പുണ്യം കിട്ടും." ആ പഴയ മനുഷ്യനെ യാത്രയാക്കിയപ്പോൾ എന്റെ ഉള്ളിൽ മഹാകവി കുമാരനാശാന്റെ ഒരു കവിതാശകലമാണ് ഓർമ വന്നത്. 'എണ്ണീടുകാർക്കുമിതു താൻ ഗതി."

ഒരു പ്രണയത്തിന്റെ അന്ത്യം

ആശുപത്രി ജീവനക്കാരൻ ഉച്ചത്തിൽ വിളിച്ചു പറഞ്ഞു: "രാജശേഖരൻപിള്ള 52 വയസ്സ്". മധ്യവയസ്കയായ ഒരു സ്ത്രീ രോഗിയെ താങ്ങിപ്പിടിച്ച് എന്റെ അടുത്തെത്തി. 'ഇരിക്കൂ' എന്നു പറഞ്ഞ് രോഗിയെ തൊട്ടടുത്ത കസേരയിലും കൂടെയുള്ള സ്ത്രീയെ മുൻവശത്തുള്ള കസേരയിലും ഇരിക്കാൻ ആംഗ്യം കാണിച്ചു. അയാളുടെ രോഗവിവരം ആ സ്ത്രീ വിവരിക്കാൻ തുടങ്ങി. "സർ മൂന്നു വർഷത്തോളമായി അസുഖം തുടങ്ങിയിട്ട്. ആദ്യമൊക്കെ നിസ്സാരമെന്നു കരുതി നാട്ടിലുള്ള ഒരു ആശുപത്രിയിൽ കാണിച്ചു ചികിത്സിച്ചു. യാതൊരു കുറവുമുണ്ടായില്ല. രോഗം എന്താണെന്നുപോലും കണ്ടുപിടിച്ചിട്ടില്ല. ആളൊരു മദ്യപാനിയാണ്." രോഗിയെ പരിശോധിക്കുന്നതിനിടയ്ക്ക് യാദൃച്ഛികമായി ആ സ്ത്രീയുടെ മുഖത്തേക്ക് ഒന്നു നോക്കി. കുലീനത്വം തുളുമ്പി നിൽക്കുന്ന മുഖം. എന്റെ മസ്തിഷ്കത്തിനകത്ത് ഒരു മിന്നൽപ്പിണർ. മുഖത്ത് ഒരു സംഭ്രമം. ഓർമകളുടെ മൂടുപടം മെല്ലെ മെല്ലെ മാറിയപ്പോൾ കടലിലെ ഓളങ്ങൾപോലെ പഴയ കാര്യങ്ങൾ ഒന്നിനു പിറകെ ഒന്നായി പൊന്തി വരുന്നു. പണ്ടുപണ്ട്, വർഷങ്ങൾക്ക് മുമ്പ് 'ഹാഫ് സാരി' ഉടുത്ത ഒരു കൊച്ചു പെൺകുട്ടി ഒരു നോട്ടുബുക്കുമായി ലജ്ജാവതിയായി എന്റെ അടുത്തു വന്നുനിന്ന ആ രംഗം.

ഞാൻ നാട്ടിൽ ഒരു ട്യൂഷൻ സെന്ററിന്റെ നടത്തിപ്പുകാരനായിരുന്നു. പ്രകൃതിരമണീയമായ സ്ഥലം, സുപ്രസിദ്ധമായ ദേവീക്ഷേത്രം, ക്ഷേത്രക്കുളം, ഒരു ചെറിയ കാവ്, ക്ഷേത്രമൈതാനം, ക്ഷേത്ര ഭരണസമിതിയുടെ ഒരു കെട്ടിടം - ഇത്രയും ചേർന്ന സ്ഥലം. കെട്ടിടത്തിന്റെ ഒരു ഭാഗം വാടകയ്ക്കെടുത്തുള്ള ട്യൂഷൻ സെന്റർ. കുറഞ്ഞൊരു കാലം കൊണ്ട് പേരും പെരുമയും സമ്പാദിച്ച 'പ്രൈവറ്റ് വിദ്യാലയം.'

ഒരുദിവസം നാട്ടിലെ ഒരു പ്രമാണിയും പണക്കാരനുമായ ശങ്കുപ്പിള്ള എന്നെ സമീപിച്ചു. "സമയം കിട്ടുമ്പോൾ വീട്ടിലോട്ടു വരണം. എന്റെ മകൾ കുഞ്ഞുലക്ഷ്മി പത്താംക്ലാസിൽ പഠിക്കുകയാണ്. ചില വിഷയ ങ്ങൾക്ക് മാർക്ക് കുറവാണ്. 'പിള്ള' ഒന്നു ശ്രമിച്ചാൽ എല്ലാം നേരെ യാകും. രാവിലെയോ വൈകുന്നേരമോ സൗകര്യം പോലെ." അതൊരു അഭ്യർഥന ആയിരുന്നുവോ, ആജ്ഞ ആയിരുന്നുവോ എന്നു നിശ്ചയ മില്ല. എന്തായാലും ക്ലാസ് മുറയ്ക്ക് എടുത്തു. പഠിത്തം പുരോഗമിച്ചു. പരീക്ഷയും അടുത്തു. ഇതിനിടയ്ക്ക് നാട്ടിൽ 'പരദൂഷണം പാർട്ടികൾ' വെറുതെയിരുന്നില്ല. കുഞ്ഞുലക്ഷ്മിയും ട്യൂഷൻ സാറുമായി അടുപ്പമാ ണെന്നും ഇനി വിവാഹം നിശ്ചയിച്ചാൽ മതിയെന്നുമുള്ള വാർത്ത നാട്ടിൽ പാട്ടായി. ശങ്കുപ്പിള്ള അമ്മാവൻ ഇതുകേട്ടറിഞ്ഞെങ്കിലും കോലാഹല ങ്ങളൊന്നുമില്ലാതെ സൗമ്യനായി എന്നെ സമീപിച്ചു. കുടിശ്ശിക ഫീസ് തന്നു തീർത്തു. ട്യൂഷനും അവസാനിപ്പിച്ചു.

കുഞ്ഞുലക്ഷ്മിയുടെ ട്യൂഷൻ അവസാനിപ്പിച്ചെങ്കിലും ക്ഷേത്രക്കു ളത്തിൽ എന്നും രാവിലെ 'അടിച്ചുനനച്ച്' കുളിക്കാൻ വരുമായിരുന്നു. ചിലപ്പോൾ ഒറ്റയ്ക്കും മറ്റും ദിവസങ്ങളിൽ കൂട്ടുകാരിയുമൊത്തും. ക്ഷേത്ര ദർശനം കഴിഞ്ഞ് ട്യൂഷൻ സെന്ററിന്റെ വരാന്തയിൽ കാത്തുനിൽക്കാ റുള്ള സാറിനെയും ദർശിച്ചിട്ടാണ് പോകുന്നത്. കൂട്ടുകാരി പറയും "ദേവീ ദർശനവും ദേവദർശനവും മുറപോലെ നടക്കുന്നുണ്ടല്ലോ."

കുഞ്ഞുലക്ഷ്മി പരീക്ഷയിൽ വിജയിച്ചു. വിജയാഹ്ലാദം പങ്കുവയ്ക്കു വാൻ അവൾ എന്റെ അടുത്തേക്ക് വന്നു. അധികം സംസാരിക്കാത്ത അവൾ പറഞ്ഞു: "സാറിനുവേണ്ടി കാത്തിരിക്കും." വിജയവാർത്ത കേട്ടു തന്നെ അതീവസന്തുഷ്ടനായ എന്റെ മറുപടി, "ഞാനും കാത്തിരിക്കും." അവൾ വീട്ടിൽച്ചെന്ന് അച്ഛനോടു പറഞ്ഞു, "വിജയിച്ച വിവരം സാറിനെ അറിയിക്കണം." ശങ്കുപ്പിള്ള ക്രുദ്ധനായി പറഞ്ഞു: "അതിന്റെയൊന്നും ആവശ്യമില്ല. ട്യൂഷൻ എടുത്തതിന് ശരിയായ ഫീസ് കൊടുത്തു. കൂടു തൽ അടുപ്പം ആവശ്യമില്ല. അവൻ കുലമഹിമ ഇല്ലാത്തവനാണ്. പട്ടി ണിക്കാരനുമാണ്." ഹാഫ്സാരി പ്രായം മാത്രമുള്ള ഒരു പെൺകുട്ടിയുടെ എതിർപ്പ് ആരു വക വയ്ക്കാൻ? ശങ്കുപ്പിള്ളയുടെ സുഗ്രീവാജ്ഞയ്ക്കു മുമ്പിൽ അവൾക്ക് കീഴടങ്ങേണ്ടി വന്നു. അധികം താമസിയാതെ കുഞ്ഞു ലക്ഷ്മിയുടെ വിവാഹം പൊടിപൂരമായി നടന്നുവെന്ന് അറിയാൻ ഇട യായി. ഒരു ധനാഢ്യന്റെ മകനായിരുന്നു വരൻ.

'ട്യൂഷൻ സെന്റർ' തുടർന്ന് നടത്താൻ സാധ്യമാകാതെ വന്നു. ക്ഷേത്രഭരണസമിതിയുടെ നിർബന്ധപ്രകാരം സ്ഥാപനം അടച്ചുപൂട്ടി. അതിനെത്തുടർന്ന് സാമ്പത്തികമായി ബുദ്ധിമുട്ടിലായിരുന്നുവെങ്കിലും ഗവൺമെന്റ് മെഡിക്കൽ കോളേജിൽ പ്രവേശനം ലഭിച്ചു. പഠിച്ച് ഡിഗ്രി എടുത്ത് ജോലിയും സമ്പാദിച്ചു. പല സ്ഥലത്തും ജോലി ചെയ്തു. ഇടയ്ക്ക് ഏതാനും കോഴ്സുകളിൽ ഉപരിപഠനവും നടത്തി. ഒരു സ്പെഷലിസ്റ്റായി തലസ്ഥാനനഗരിയിലെ ഉന്നത മെഡിക്കൽ സ്ഥാപന ത്തിൽ ജോലിയുമായി.

പെട്ടെന്നുതന്നെ കുഞ്ഞുലക്ഷ്മിക്ക് എന്നെ മനസിലായി. പഴയ കാര്യങ്ങൾ ഓർത്ത് അവൾ കണ്ണുനീർ പൊഴിച്ചു. അവൾ പണ്ടത്തെപ്പോലെ നിശ്ശബ്ദ ജീവിയല്ല. വാചാലയാണ്. കുടുംബകാര്യങ്ങളാണ് കൂടുതലും സംസാരിക്കുന്നത്. ഭർത്താവിന്റെ അസുഖമാണ് അവളെ കൂടുതൽ അലട്ടുന്നത്. സ്വത്ത് ധാരാളമുണ്ടായിരുന്നുവെങ്കിലും എല്ലാം ധൂർത്തടിച്ചുകളഞ്ഞു. വീട്ടിൽനിന്നും കൊടുത്തതും നശിപ്പിച്ചു. രണ്ടു കുട്ടികളുടെ ഭാവിയെപ്പറ്റി ചിന്തിച്ച് കൂടുതൽ ദുഃഖിതയാണ്.

“അച്ഛനും അമ്മയും” ഞാൻ ചോദിച്ചു. “രണ്ടാളും മരിച്ചു. അവസാനകാലമായപ്പോഴേക്കും വളരെ കഷ്ടപ്പെട്ടു. വേണ്ടതുപോലെ പരിചരിക്കുവാൻ ആരും ഇല്ലായിരുന്നു. സാമ്പത്തികമായും വളരെ ബുദ്ധിമുട്ടി. സാറിനെപ്പറ്റി അവസരം കിട്ടുമ്പോഴൊക്കെ സംസാരിക്കുമായിരുന്നു. നേരത്തെ ഉണ്ടായിരുന്ന അഭിപ്രായമൊക്കെ മാറി. പിന്നെപ്പിന്നെ പറയും എല്ലാം നമ്മുടെ കർമദോഷം. ആ നല്ല പയ്യൻ ഇപ്പോൾ എവിടെയാണാവോ? നെടുവീർപ്പിട്ടുകൊണ്ട് ചോദിക്കും. അച്ഛൻ കാര്യമായ തെറ്റു ചെയ്തെന്ന് ഓർത്ത് പശ്ചാത്തപിക്കാറുണ്ടായിരുന്നു. അൽപ്പം നിർത്തിയ ശേഷം അവൾ വീണ്ടും ചോദിച്ചു. “സാറിന്റെ കുടുംബം” “ഞാൻ ഇന്നും അവിവാഹിതനായി കഴിയുന്നു.” ഇതുകേട്ട് കുഞ്ഞുലക്ഷ്മി പൊട്ടിക്കരഞ്ഞുപോയി.

മറ്റൊരു ഡോക്ടറുടെ സഹായത്തോടുകൂടി രോഗിക്ക് പലവിധ പരിശോധനകളും നടത്തി. ഇവിടെ ചികിത്സിക്കുന്നതിന് പകരം മറ്റൊരു സ്പെഷ്യാലിറ്റി ആശുപത്രിയിലേക്ക് കൂടുതൽ പരിശോധനകൾക്കും വിദഗ്ധ ചികിത്സയ്ക്കുമായി നിർദേശിച്ചു. സാമ്പത്തികമായോ മറ്റെന്തെങ്കിലും സഹായമോ ആവശ്യമുള്ളപ്പോൾ അറിയിക്കണമെന്നും പറഞ്ഞു. ഒരു ആംബുലൻസ് ഇടപാടു ചെയ്ത് അവരെ കയറ്റി വിട്ടു. ഒരു ദീർഘനിശ്വാസം. ആകസ്മികമായ കൂടിക്കാഴ്ച ഒരുവട്ടംകൂടി. ഒരു പ്രണയത്തിന്റെ അന്ത്യം.

ഗജരാജനും വളർത്തച്ഛനും

വേലായുധൻ കാടുകയറി. പ്രസിദ്ധമായ ശിവക്ഷേത്രത്തിന്റെ വകയായ ലക്ഷണമൊത്ത കൊമ്പനാന മലകയറി തിരികെ വരാത്തവണ്ണം അപ്രത്യക്ഷനായി. ക്ഷേത്രത്തിന്റെ സാമ്പത്തിക സ്രോതസ്സ്, ക്ഷേത്രോത്സവങ്ങളുടെ മുഖ്യൻ, ഭക്തജനങ്ങളുടെ ആരാധനാമൂർത്തി, നാടിന്റെ ഐശ്വര്യകാരകൻ, വിശിഷ്യ നാട്ടുകാരുടെ കണ്ണിലുണ്ണി. നാട്ടുകാരെ ഒന്നടങ്കം ഞെട്ടിച്ചു. 'തിടമ്പേറ്റിയുള്ള നിൽപ്പ് ഒന്ന് കാണേണ്ടതുതന്നെ.' ചിലർ അഭിപ്രായപ്പെട്ടു: "കാനനഭംഗി ആസ്വദിക്കാൻ ചേക്കേറിയതായിരിക്കും. രസജ്ഞരായ ചില ചെറുപ്പക്കാർ പരിഹാസപൂർവം പ്രതികരിച്ചു. കുശുകുശുക്കലുകളും പിറുപിറുക്കലുകളും നാനാഭാഗത്തുനിന്നും ഉണ്ടായി. 'ക്ഷേത്രത്തിലെ ആനവരവ് അപ്പാടെ അവസാനിച്ച മട്ടായി. ദേവിയുടെ കോപമാണ്, അത്ര കെങ്കേമമാണല്ലോ ക്ഷേത്രഭരണം. കേശവക്കുറുപ്പ് പരിപാലിച്ചിരുന്നെങ്കിൽ ഇങ്ങനെയൊന്നും സംഭവിക്കുമായിരുന്നില്ല, ഇപ്പോഴത്തെ പാപ്പാന്റെ നിരന്തരമായ പീഡനം സഹിക്ക വയ്യാതായപ്പോൾ രക്ഷപ്പെടാനായി ഒളിച്ചോടിയതാകാനേ തരമുള്ളൂ. ആന പോയപ്പോൾ അയാളും ഒളിവിലായി. ദ്രോഹി, അയാളുടെ ഒത്താശയോടെ ആരെങ്കിലും അപഹരിച്ചെന്നും വരാമല്ലോ." ഇപ്രകാരം സന്ദേഹിച്ചവരും ഇല്ലാതില്ല.

കേശവക്കുറുപ്പ് ആ നാട്ടിലെ അറിയപ്പെടുന്ന ആനപ്പാപ്പാനാണ്. നാട്ടുകാർ അയാളെ ആനക്കാരൻ കേശവൻ എന്നേ വിളിക്കാറുള്ളൂ. അത് അയാളുടെ ഇരട്ടപ്പേരായി മാറി. പിന്നെപ്പിന്നെ ലോപിച്ച് ആനക്കാരൻ എന്നുമാത്രമായി. വീട്ടിനടുത്തുള്ള കവല 'ആനക്കാരൻ കവല' എന്നാണ് അറിയപ്പെടുന്നത്.

കേശവക്കുറുപ്പ് എന്ന പേരിൽ ഇപ്പോൾ അറിയപ്പെടുന്ന കൊച്ചുകേശവൻ ആ ഗ്രാമത്തിലെ ഒരു പാവപ്പെട്ട കുടുംബത്തിലെ സന്തതിയാ

യിരുന്നു. പ്രൈമറി വിദ്യാഭ്യാസം പൂർത്തിയായതോടെ സാമ്പത്തിക പരാധീനത കാരണം ഉപരിപഠനമോഹം ഉപേക്ഷിക്കാൻ നിർബന്ധിതനായി. ജീവിക്കാൻവേണ്ടി ചില്ലറ കൂലിവേലയ്ക്കു പോയിത്തുടങ്ങി. നാട്ടിൽ കറങ്ങി നടന്നാൽ ഭാവി സുരക്ഷിതമല്ലെന്നു ചിന്തിച്ച് അവസാനം മലബാർ ഭാഗത്ത് ഒരു ജന്മിയുടെ വീട്ടിലെ ഭൃത്യനായി പറ്റിക്കൂടി. കന്നുകാലികളെ സംരക്ഷിക്കുക, കടയിൽ പോയി സാധനങ്ങൾ വാങ്ങുക, വല്യമ്മച്ചിക്ക് മുറുക്കാൻ വാങ്ങിക്കൊടുക്കുക തുടങ്ങിയ വീട്ടുജോലി ചെയ്യുന്ന ഒരു പരിചാരകൻ. നാലുകെട്ടും പടിപ്പുരയും വിശാലമായ പറമ്പും സ്വന്തമായി ആനയുമുള്ള തറവാട്. ആനയെ പരിചരിക്കുവാൻ രണ്ട് പാപ്പാന്മാരുണ്ട്. ഒന്നാം പാപ്പാന് ഔന്നത്യം കൂടുതൽ. രണ്ടാമൻ ശിങ്കിടിക്കാരൻ. കൊച്ചുകേശവൻ കൊച്ചുകുട്ടിയായിരിക്കുമ്പോൾ തന്നെ ആനക്കമ്പം ഉള്ളവനാണ്. ആനപ്പുറത്തു കയറി ഞെളിഞ്ഞിരുന്നുള്ള യാത്ര അവൻ പലപ്പോഴും സ്വപ്നം കണ്ടിട്ടുണ്ട്. ആനയ്ക്കും പാപ്പാന്മാർക്കും ആഹാരം കൊടുക്കുമ്പോൾ അവൻ സഹായിയായി വർത്തിക്കും. ക്രമേണ അവൻ ആനയുടെയും പാപ്പാന്മാരുടെയും കണ്ണിലുണ്ണിയായി.

വർഷങ്ങൾ കടന്നുപൊയ്ക്കൊണ്ടിരുന്നു. ബാലനായിരുന്ന കൊച്ചുകേശവൻ അരോഗദൃഢഗാത്രനായ ഒരു യുവാവായി. അതോടൊപ്പം ജന്മിയുടെ ഗൃഹത്തിലെ വിശ്വസ്തനായ പരിചാരകനുമായി മാറി. ഒരിക്കൽ ആനയുടെ രണ്ടാംപാപ്പാൻ സുഖമില്ലാതായതിനാൽ ജോലിക്ക് എത്തിയില്ല. ഒന്നാം പാപ്പാൻ ഉടമസ്ഥന്റെ അനുവാദത്തോടെ കൊച്ചുകേശവനെ കൂട്ടിനു വിളിച്ചു. അവൻ ആഹ്ലാദഭരിതനായി. പാപ്പാൻ ചില ആനവിദ്യകളും ആനയെ മെരുക്കാനുള്ള പ്രായോഗിക ബാലപാഠങ്ങളും പഠിപ്പിച്ചു. അവൻ ആത്മാർഥതയോടെ പഠിച്ച് വശാക്കുകയും രണ്ടാം പാപ്പാന്റെ ചുമതല കാര്യക്ഷമമായി നിർവഹിക്കുകയും ചെയ്തു. പിന്നെപ്പിന്നെ പല പല ഘട്ടങ്ങളിലും കൊച്ചുകേശവൻ പകരക്കാരനായി ആനപ്പാപ്പാന്റെ ജോലി ചെയ്തു.

സ്വന്തം നാട്ടിൽ ഇടയ്ക്കൊക്കെ വരാറുള്ള കൊച്ചുകേശവൻ ആനപ്പാപ്പാനായ വിവരം ഞെളിവോടെ അഭിമാനപുരസ്സരം നാട്ടിലും വീട്ടിലും അറിയിച്ചു. പേരും പെരുമയും സമ്പാദിച്ചു. നാട്ടിലെ ഒരു വീരപുരുഷനായി.

ആയിടയ്ക്ക് സ്വന്തം നാട്ടിലെ പ്രശസ്തമായ മഹാദേവർക്ഷേത്രത്തിൽ ഒരു ആനയെ വാങ്ങി നടയ്ക്കിരുത്തുവാൻ ക്ഷേത്രഭരണസമിതി തീരുമാനമെടുത്തു. ഒരു കുട്ടിക്കൊമ്പനെ കണ്ടെത്തി. കൊച്ചുകേശവനുമായി ആലോചിച്ചു. അയാളുടെ ആഹ്ലാദത്തിന് അതിരില്ല. കച്ചവടം ഉറപ്പിച്ച് പാപ്പാനായി അയാൾ ചുമതലയേറ്റു. അതോടെ നാട്ടിൽ തന്റെ സ്വന്തം പേരിലും അൽപ്പം കൂടി മാന്യത ചാർത്തപ്പെട്ടു. കൊച്ചുകേശവൻ കേശവക്കുറുപ്പായി. കുട്ടിക്കൊമ്പന് വേലായുധൻ എന്ന് നാമകരണം ചെയ്തു. പാപ്പാനാകട്ടെ സ്നേഹപൂർവം വേലുമോൻ എന്ന ഓമനപ്പേരിൽ

വിളിക്കുമായിരുന്നു. സ്വന്തം മകനെപ്പോലെ പരിലാളിക്കുകയും ചെയ്യുമായിരുന്നു.

വേലായുധന് ഭക്ഷണത്തിന് ഒരു ക്ഷാമവും ഉണ്ടാകാറില്ല. നാടാകെ അവന് വീടാണ്. വാഴത്തോപ്പുകളുടെയും കേരവൃക്ഷങ്ങളുടെയും പനയുടെയും നാടാണ്. പഴക്കുലയും ഓലമടലും പനയോലയും പച്ചിലകളും അവന് സുലഭമായി ലഭിക്കുന്നു. വിശേഷദിവസങ്ങളിൽ ക്ഷേത്രത്തിൽ നിന്നും ഉണക്കച്ചോറും പഴക്കുലയും ഭക്ഷണമായി ലഭിക്കുന്നു.

വേലായുധന്റെ വളർച്ച ക്രമാതീതമായിരുന്നു. നീളമേറിയ കൊമ്പുകളും തലയെടുപ്പും ആരെയും ഹഠാദാകർഷിക്കുന്നതായിരുന്നു. ഉത്സവദിവസങ്ങൾക്ക് എഴുന്നെള്ളിക്കാൻ ദൂരെയുള്ള ക്ഷേത്രങ്ങളിൽ നിന്നുപോലും അഡ്വാൻസുമായി ക്ഷേത്രഭരണ ഭാരവാഹികൾ വന്നെത്താറുണ്ട്. ഉത്സവകാലം കഴിഞ്ഞാൽ വനത്തിൽ തടിപിടിക്കാനും ഏർപ്പെട്ടുതുടങ്ങി. ക്ഷേത്ര ഭണ്ഡാരത്തിലേക്കു വരുമാനം വർധിച്ചു. കേശവക്കുറുപ്പിന്റെ അധ്വാനം വർധിച്ചു. പക്ഷേ, അയാളുടെ സാമ്പത്തിക നില ഇപ്പോഴും പഴയതുതന്നെ.

വനത്തിൽ തടിപിടിപ്പിക്കാൻ ആനയെയുംകൊണ്ട് പോയിത്തുടങ്ങിയതുമുതൽ കേശവക്കുറുപ്പിന്റെ കഷ്ടകാലവും തുടങ്ങി. മഴയും മഞ്ഞും എല്ലാം സഹിക്കണം; ആഹാരം കൃത്യമായി ലഭിക്കാറില്ല. ആഴ്ചകളോളം വീട്ടിൽ എത്താൻ കഴിയുന്നില്ല. ഇതിനിടയ്ക്ക് അയാൾ സ്വൽപ്പം മദ്യപാനവും തുടങ്ങി. ദിവസവും രണ്ടു കോപ്പ കള്ള് അയാൾ മോന്തും. ഒരു കോപ്പ വേലുമോനും കൊടുക്കും.

കാലം ഇഴഞ്ഞിഴഞ്ഞ് നീങ്ങിക്കൊണ്ടിരുന്നു. ഒരിക്കൽ ഒരു ക്ഷേത്രത്തിലെ ഉത്സവത്തിന് വേലായുധനുമായി പോയി. ആനയെ ഒരു സ്ഥലത്ത് തളച്ചിട്ട് തീറ്റയും കൊടുത്ത് അയാൾ അടുത്തുള്ള ഒരു കള്ളുഷാപ്പിൽ പോയി. പതിവു റേഷൻ സേവിച്ചു. വേലായുധനെ പരിഗണിച്ചില്ല; പറയ്ക്ക് എഴുന്നെള്ളിപ്പു സമയം ഓരോ വീട്ടുവാതുക്കലും എത്തി വഴിപാടു സ്വീകരിച്ച് നാടാകെ പ്രദക്ഷിണം വയ്ക്കുകയാണ്. ഒരു ഇടറോഡിൽ എത്തിയ ആനയ്ക്ക് മുൻവൈരാഗ്യം മറനീക്കി പുറത്തു ചാടി. പാപ്പാനെ തട്ടിയിട്ട് കുത്തി. അപ്രതീക്ഷിതമായതുകൊണ്ട് പെട്ടെന്ന് അയാൾക്ക് ഒന്നും ചെയ്യാൻ കഴിഞ്ഞില്ല. എങ്കിലും ഉരുണ്ടും മറിഞ്ഞും തിരിഞ്ഞും അയാൾ ജീവൻ നഷ്ടപ്പെടാതെ രക്ഷപ്പെട്ടു. എഴുന്നെള്ളത്ത് ആകെ അലങ്കോലമായി, വേലായുധൻ മയക്കു വെടിയേറ്റ് ബോധം കെട്ടപ്പോൾ രണ്ടാം പാപ്പാനായ രാഘവൻപിള്ള തളച്ചു.

കേശവക്കുറുപ്പിനേറ്റ കുത്തുകൾ ആഴത്തിലുള്ള മുറിവുകൾ സമ്മാനിച്ചിരുന്നില്ല. ആശുപത്രിയിൽനിന്നും താമസംവിനാ വിടുതൽ ചെയ്തു. നേരെവന്നത് വേലായുധന്റെ അടുത്തേക്കാണ്. പലരും വിലക്കിയിട്ടും കൂട്ടാക്കിയില്ല. മുൻപിൽ ചെന്നുനിന്ന് "മോനേ വേലായുധാ ഞാൻ വന്നു. നിനക്ക് ഇഷ്ടമില്ലെങ്കിൽ എന്നെ കൊല്ലാം, നിന്റെ കൈകൊണ്ട് മരിക്കാൻ തയാറായി വന്നതാണ്." രണ്ടുകൈകളും കൊണ്ട് തുമ്പിക്കൈയിൽ

പിടിച്ച് ഉമ്മവച്ച് കുടുകുടാ കണ്ണുനീർ പൊഴിച്ചു. ആളുകൾ ഉൽക്കണ്ഠാ ഭരിതരായി നോക്കി നിൽക്കുകയാണ്. എന്താണ് സംഭവിക്കാൻ പോകുന്നതെന്നുള്ള ആകാംക്ഷ. വേലായുധൻ പശ്ചാത്താപ വിവശൻ. അതീവ ദുഃഖത്തോടെ കണ്ണുനീർ തൂകി. ചിന്നം വിളിച്ചു. അനുസരണയോടെ അടുത്തു ചെന്നു. സ്നേഹനിർഭരമായ പുനഃസമാഗമം. അവർ വീണ്ടും പഴയതുപോലെ ഉറ്റവരായി സ്നേഹവാത്സല്യത്തോടെ ഒരുമിച്ചു. ആളുകൾ അത്ഭുതപരതന്ത്രരായി ആഹ്ലാദചിത്തരായി ആർത്തു വിളിച്ചു.

കുറുപ്പിന്റെ കുടുംബകാര്യങ്ങൾ ദയനീയമായിരുന്നു. ആനപ്പാപ്പാൻ എന്നു പേരുണ്ടെങ്കിലും വരുമാനം തുച്ഛം. രോഗിയായ ഭാര്യ, പറക്കമുറ്റാത്ത കുട്ടികൾ, ആനയോടുള്ള കമ്പംകൊണ്ട് അതൊക്കെ ഗൗരവമായിട്ടെടുത്തില്ലെന്നുതോന്നും. ആശുപത്രിയിൽ കിടക്കുന്ന കാലത്തു പോലും ക്ഷേത്രഭരണസമിതി അയാളുടെ കാര്യത്തിൽ ശ്രദ്ധിച്ചില്ല. സാമ്പത്തിക സഹായവും നൽകിയില്ല. മാത്രവുമല്ല, നിസ്സാരകാരണങ്ങൾ പറഞ്ഞ് അയാളെ ശാസിക്കാനും തുടങ്ങി. രണ്ടാം പാപ്പാനാകട്ടെ ഏഷണി പറഞ്ഞ് കുറുപ്പിനോട് വിദ്വേഷമുണ്ടാക്കുവാനുള്ള ശ്രമവും നടത്തിക്കൊണ്ടിരുന്നു. ഒരിക്കൽ ആനയെ അടുത്തൊരു പറമ്പിൽ കെട്ടിയിരുന്നു. ഒരു ബാലൻ കുറുപ്പിനെ സമീപിച്ച് ഒരു ആനവാലിനുവേണ്ടി കെഞ്ചി. കുറുപ്പിന്റെ മനസലിഞ്ഞ് ഒരു ചെറിയ ആനവാൽക്കഷ്ണം അറുത്തുകൊടുത്തു. ഈ വിവരം പെരുപ്പിച്ച് കൊട്ടിഘോഷിച്ച് രണ്ടാം പാപ്പാൻ ഭരണാധികാരികളെ പ്രലോഭിപ്പിച്ചു. അവർ യോഗം കൂടി കേശവക്കുറുപ്പിനെ പാപ്പാൻ സ്ഥാനത്തുനിന്നും ഒഴിവാക്കി. രണ്ടാം പാപ്പാനായ രാഘവൻപിള്ളയെ ചുമതല ഏൽപ്പിച്ചു. നിരാശനായ കുറുപ്പ് അന്നുരാത്രി ശരിക്കും മദ്യപിച്ചു ലക്ക് കെട്ട് മറിഞ്ഞുവീണ് ആരോ പൊക്കിയെടുത്ത് വീട്ടിലാക്കി. പിറ്റേദിവസം മുതൽ അയാൾ ഒരു രോഗിയായി മാറി. മാനസികമായ ആഘാതം ആഴത്തിലുള്ള മുറിവുണ്ടാക്കി.

രാഘവൻപിള്ളയുടെ ഭരണം വേലായുധന് അനിഷ്ടമായിത്തീരാൻ ഏറെ ദിനങ്ങൾ വേണ്ടിവന്നില്ല. അവന്റെ ഭാവത്തിലും പെരുമാറ്റത്തിലും അത് മറനീക്കി പുറത്തു വന്നു. അനുസരണക്കേടുകൾ കാട്ടിത്തുടങ്ങി. പാപ്പാന്റെ നിർദയമായ മർദനമുറകൾ ആരിലും ഞെട്ടലുണ്ടാക്കുന്നവയായിരുന്നു.

പാപ്പാൻ രാഘവൻപിള്ള അടുത്തപ്രാവശ്യം തടിപിടിക്കാൻ വേലായുധനെയുംകൊണ്ട് വനത്തിൽപോയി. ജോലി കഴിഞ്ഞ് അയാൾ വിശ്രമിക്കുകയായിരുന്നു. തക്കംപാർത്ത് പതുക്കെപതുക്കെ നടന്ന് ആന ഉൾക്കാട്ടിലേക്ക് കടന്നു. ആനക്കാരൻ എങ്ങനെയെല്ലാം അന്വേഷിച്ചിട്ടും വേലായുധനെ കണ്ടെത്താനായില്ല. നിരാശനായ അയാൾ തിരികെ വന്ന് ക്ഷേത്രഭരണാധികാരികളെ വിവരം ധരിപ്പിച്ചിട്ട് മുങ്ങി. പിന്നീട് അയാളെ ആരും കണ്ടിട്ടേയില്ല.

ദേവസ്വം അധികാരികൾ വനംവകുപ്പ് ഉദ്യോഗസ്ഥരുടെ സഹായത്തോടെ കാടാകെ അരിച്ചുപെറുക്കിയിട്ടും ഒരെത്തുംപിടിയും കിട്ടിയില്ല.

വേലായുധൻ കാട്ടിലേക്ക് കയറി മറഞ്ഞ വിവരം കേശവക്കുറുപ്പും അറിഞ്ഞു. അവശനെങ്കിലും എക്കാലത്തും ആനയുടെ സ്നേഹവാത്സല്യങ്ങൾക്ക് പാത്രീഭൂതനായ കേശവക്കുറുപ്പ് രോഗശയ്യയിൽനിന്നും എഴുന്നേറ്റ് ക്ഷേത്രസന്നിധിയിൽ എത്തി. സ്വന്തം മകനെപ്പോലെ സ്നേഹിച്ചു വളർത്തിയ വേലായുധനെ താൻതന്നെ കണ്ടുപിടിക്കുമെന്ന് ധൈര്യപൂർവം പ്രസ്താവിച്ചു. ശക്തിസ്വരൂപനായ മഹേശ്വരനെ വണങ്ങി, പഴയ വടിയുമായി വനത്തിലേക്കു പുറപ്പെടാൻ തീരുമാനിച്ചു. ദേവന്റെ അനുഗ്രഹത്തോടെ താൻ വേലായുധനുമൊത്ത് തിരികെ വരുമെന്ന് പ്രതിജ്ഞയെടുത്തു. ചിലരൊക്കെ ഇതുകേട്ട് പുച്ഛരസത്തിൽ പറഞ്ഞു: "കുറുപ്പിന്റെ കാര്യം പോക്കാ."

കുറച്ച് തുണിയും ആഹാരസാധനങ്ങളും വടിയുമേന്തി കുറുപ്പ് വനത്തിലേക്ക് ഒറ്റയ്ക്കു തിരിച്ചു. ദുർഘടങ്ങളായ ഘോരകാനനത്തിൽ പരതിനടന്ന് ക്ഷീണിതനായി. പക്ഷേ നിരാശനായി പിന്തിരിഞ്ഞില്ല. ഓരോ ഭാഗത്തു ചെല്ലുമ്പോഴും 'മോനേ വേലൂ ഇറങ്ങിവാടാ' എന്ന് ഉറക്കെ വിളിക്കും. വനമേഖലയാകെ ആ വിളി മാറ്റൊലികൊള്ളും. ഏഴാമത്തെ ദിവസം ആ വിളിക്ക് ഒരു മറുവിളിയുണ്ടായി. ചിന്നംവിളിച്ചുകൊണ്ട് ഒരു പാറയുടെ അടിവാരത്തുനിന്നും വേലായുധൻ കയറിവന്നു. വീണ്ടും ഒരു സമാഗമം. നിഷ്കളങ്കനായ ദന്തിവര്യനും സ്നേഹവാത്സല്യങ്ങൾക്കൊണ്ട് വീർപ്പുമുട്ടിക്കുന്ന പാപ്പാനും. ആനപ്പുറത്തുതന്നെ കയറി കുറുപ്പ് നാട്ടിൽ എത്തി. നാട്ടുകാരും ക്ഷേത്രഭരണാധികാരികളും ഒത്തുകൂടി. കുറുപ്പിന് പ്രത്യേകം പ്രത്യേകം പണക്കിഴികൾ സമ്മാനിച്ചു. സ്വാദിഷ്ടമായ പഴക്കുലയും പായസച്ചോറും നൽകി വേലായുധനേയും പ്രീതിപ്പെടുത്തി. പിന്നാലെ വിധിപ്രകാരമുള്ള ഗജപൂജയും ആനയൂട്ടും നടത്തി. കുറുപ്പിനെ ചികിത്സിക്കാൻ ഒരു ഡോക്ടറെയും വേലായുധനെ പരിചരിക്കാൻ ഒരു മൃഗഡോക്ടറെയും ഏർപ്പാടാക്കി. ഇനി ഒരിക്കലും വേലായുധനെ വിട്ടു പിരിയരുതെന്ന് നാട്ടുകാരും ക്ഷേത്രഭരണാധികാരികളും ഏകകണ്ഠമായി കുറുപ്പിനോട് അഭ്യർഥിച്ചു.

സാക്ഷാൽ പരമശിവന്റെ ദേവാംശം വേലായുധനുണ്ടെന്ന് ആളുകൾ വിശ്വസിക്കത്തക്ക സംഭവങ്ങൾ തുടരെത്തുടരെ ഉണ്ടായിക്കൊണ്ടിരുന്നു. ഒരിക്കൽ ആറ്റുകടവിനടുത്ത് വേലായുധനെ കുളിപ്പിക്കുകയായിരുന്നു. ഒരു വൃദ്ധബ്രാഹ്മണൻ കടവിനടുത്ത് നീർക്കയത്തിൽ പെട്ടുപോയി. അയാൾ കൈ മേലോട്ടുയർത്തി നിലവിളിച്ചു. മുങ്ങിച്ചാവുന്ന വെപ്രാളം കാണിച്ചു. വേലായുധൻ ഇതുകണ്ടു. വേഗംതന്നെ നീർക്കുഴിയിട്ടുചെന്ന് വൃദ്ധനെ തുമ്പിക്കൈകൊണ്ട് പൊക്കിയെടുത്ത് തന്റെ പുറത്ത് കയറ്റി കരയ്ക്കിറക്കി.

മറ്റൊരിക്കൽ മഹാദേവർക്ഷേത്രത്തിൽ മേളക്കൊഴുപ്പോടെ ഉത്സവം പൊടിപൊടിക്കുകയാണ്. ധാരാളം ആളുകൾ കൂടിയിട്ടുണ്ട്. ഗജരാജന്മാർ തിടമ്പുമേറ്റി നിരന്നു നിൽക്കുകയാണ്. അതിൽ പ്രഥമസ്ഥാനം വേലായുധനുതന്നെ. സമയം രാത്രി. പെട്ടെന്ന് ക്ഷേത്രാങ്കണത്തിന്റെ ഒരു ഭാഗ

ത്തുനിന്നും 'ആന വെരണ്ടേ' എന്നൊരു മുറവിളി. ഭക്തജനങ്ങൾ അങ്ങോട്ടും ഇങ്ങോട്ടും പ്രയാണം ചെയ്തു. കപ്പലണ്ടി, കടലപ്പൊരി, മിഠായി തുടങ്ങിയവ വിൽക്കുന്ന ചെറുകിടകച്ചവടക്കാർ (വെച്ചുവാണിഭക്കാർ) ഉന്തുവണ്ടിയും വലിച്ചുകൊണ്ടോടി. അതിൽ കുറെയൊക്കെ മുറവിളി കൂട്ടിയവരും അനുയായികളും കൈയിട്ടു വാരി. യഥാർഥത്തിൽ ആന വെരണ്ടു എന്ന മുറവിളി ഏതാനും കുസൃതിക്കുട്ടികളുടെ വികൃതിത്തരമായിരുന്നു. ബഹളത്തിനിടയ്ക്ക് കപ്പലണ്ടി, കടലപ്പൊരി, മിഠായി തുടങ്ങിയവ കൈക്കലാക്കാൻ ആസൂത്രണം ചെയ്തു നടപ്പാക്കിയ പദ്ധതി. സ്ത്രീകളും കുട്ടികളും മുറവിളികൂട്ടിക്കൊണ്ട് ഓടി. ഒടുവിൽ വികലാംഗനായ ഒരു കുട്ടിമാത്രം അവശേഷിച്ചു. അതിന്റെ അമ്മ വിശാലമായ ക്ഷേത്രമൈതാനത്തിന്റെ ഓരത്തുനിന്നും ഉറക്കെ നിലവിളിക്കുകയാണ്. വേലായുധൻ സാവകാശം ഈ കുഞ്ഞിനെ തുമ്പിക്കൈകൊണ്ട് പൊക്കിയെടുത്ത് കരഞ്ഞുകൊണ്ടുനിന്ന അമ്മയുടെ അടുത്താക്കിയിട്ട് ഒന്നുമറിയാത്തതുപോലെ തിരിച്ച് നിർദ്ദിഷ്ട സ്ഥാനത്തു വന്നുനിന്നു.

അന്തരീക്ഷം ശാന്തമായപ്പോൾ ആളുകൾ വിളിച്ചുപറഞ്ഞു: "വേലായുധൻ നീണാൾ വാഴട്ടെ." ചിലരൊക്കെ "കേശവക്കുറുപ്പ് നീണാൾ വാഴട്ടെ" എന്നും ഉദ്ഘോഷിച്ചു.

മന്ത്രവാദി മണ്ണു ചുമക്കുന്നു

കുഴിനികത്തിയ പുത്തൻവീട്ടിൽ കുഞ്ഞൻപിള്ളയ്ക്ക് തളർവാതം. പ്രായം അത്രയ്ക്കൊന്നുമായിട്ടില്ല. മറ്റുചില ചില്ലറ അസുഖങ്ങളൊക്കെയുണ്ടെങ്കിലും സാരമാക്കാനില്ലായിരുന്നു. ഇത് അങ്ങനെയൊന്നുമല്ല. എഴുന്നേറ്റ് നടക്കാനേ വയ്യ. ആളുകൾ അന്തംവിട്ടു: കുഞ്ഞൻപിള്ളയ്ക്ക് ഇത് വന്നല്ലോ. വിശ്വസിക്കാൻ കഴിയുന്നില്ല. നാട്ടുപ്രമാണി, സമുദായനേതാവ്, പരോപകാര തൽപ്പരൻ, നാട്ടുകാരുടെ കണ്ണിലുണ്ണി. കേട്ടവർ കേട്ടവർ ദുഃഖം കടിച്ചമർത്തി. പല ഡോക്ടർമാരെയും കാണിച്ചു. ആയുർവേദവും അലോപ്പതിയും മാറിമാറി പരീക്ഷിച്ചു. ഒന്നും അങ്ങോട്ട് ഏൽക്കുന്നില്ല. ഫലിക്കാതെ വന്നപ്പോൾ മുതിർന്ന ചില കാരണവന്മാർ തലപുകഞ്ഞ് ചിന്തിച്ചു ഒടുവിൽ അരുളിച്ചെയ്തു: "കുഞ്ഞന് അസൂയാലുക്കൾ ധാരാളമുണ്ട്. ആരെങ്കിലും ക്ഷുദ്രം ചെയ്തതായിരിക്കും." ഏതായാലും കണിയാനെ വിളിച്ച് കവടി നിരത്തി ഒന്നുനോക്കിക്കണം. അവരുടെ ഉപദേശം ചെവിക്കൊണ്ട് ജ്യോത്സ്യൻ ഗോവിന്ദഗണകനെ വരുത്തി നിജസ്ഥിതി അറിയാൻ പ്രശ്നം വയ്പിക്കുവാൻ ധാരണയായി.

ഗോവിന്ദനാശാൻ കൃത്യസമയത്തുതന്നെ ഹാജരായി. മുറ്റത്ത് കളം വരച്ച് ഒരുവശത്ത് ആശാനും മറുവശത്ത് പരസഹായത്തോടെ കുഞ്ഞൻപിള്ളയും ഉപവിഷ്ടരായി. കവടി നിരത്തി 'ശത്രുക്കൾ ദുർമന്ത്രവാദികളെക്കൊണ്ട് ക്ഷുദ്രം ചെയ്തിരിക്കുകയാണെന്ന് പ്രശ്നത്തിൽ തെളിയുന്നു. സ്വന്തം ആൾക്കാർ തന്നെയാണ്. സ്വത്തുക്കൾ തട്ടിയെടുക്കാനുള്ള ശ്രമവും നടക്കുന്നുണ്ട്. "പ്രതിവിധി ഇല്ലേ, ആശാനേ" കാരണവന്മാർ ആരാഞ്ഞു. ആശാൻ വീണ്ടും കവടി നിരത്തി. ശത്രുസംഹാരഹോമം നടത്തുന്നതിനും മറ്റ് പരിഹാരക്രിയകൾക്കും വിദഗ്ധനായ മന്ത്രവാദി രാമപ്പണിക്കരെ ഒഴിവുകണ്ടു. ഭൂതപ്രേതപിശാചുക്കളെ വരച്ച വരയിൽ നിറുത്തുന്ന വീരനാണ് രാമപ്പണിക്കർ. ഏവരും തലകുലുക്കി സമ്മതിച്ചു.

രാമപ്പണിക്കർ ഒരു അനുചരനുമായി നല്ല ദിവസംനോക്കി കുഞ്ഞൻ പിള്ളയുടെ വീട്ടിലെത്തി. കാര്യങ്ങൾ എല്ലാം ആശാൻ പറഞ്ഞ് നേരത്തെ അയാൾ അറിഞ്ഞിരുന്നു. ദോഷം തീർക്കാൻ പൂജയും ഹോമവും നടത്തണം. ഒരു ചാർത്ത് എഴുതിക്കൊടുത്തു. ദേവീദേവന്മാരെയും പിതൃക്കളെയും പൂജിച്ച് പ്രസാദിപ്പിച്ചിട്ടുവേണം മന്ത്രവാദം നടത്താൻ. ഒരുക്കങ്ങൾ ഏർപ്പാടാക്കണം. നടുമുറ്റത്ത് ഒരു പന്തൽ ഇടണം.

ഒരു സായംസന്ധ്യ. പക്ഷികൾ ചേക്കേറിത്തുടങ്ങി. പൂജയും ഹോമവും മന്ത്രവാദവുമെല്ലാം കുടുംബത്തിലും നാട്ടിലും ഒരു ഉത്സവം പോലെയാണ്. അന്ധവിശ്വാസികളും ഉൽപ്പതിഷ്ണുക്കളും എല്ലാം ഒത്തുകൂടുന്നു. ചുറ്റുപാടുമുള്ള വീടുകളിലെ മഹിളാമണികൾ നേരത്തെ എത്തി ചുറുചുറുക്കോടെ കാര്യങ്ങൾ നിർവഹിക്കുന്നു. അരി, മഞ്ഞൾ, ജീരകം തുടങ്ങിയ സാധനങ്ങൾ ഇടിക്കുകയും പൊടിക്കുകയും പാറ്റുകയും പ്രത്യേകം പാചകം ചെയ്യുകയുമാണ്. അവൽ, മലർ, പഴം, ശർക്കര, ചന്ദനത്തിരി, കർപ്പൂരം എന്നിവ അതാതിന്റെ സ്ഥാനത്തു വച്ചിരിക്കുകയാണ്. എല്ലാവരും വ്രതശുദ്ധിയോടെയാണ്. കാരണവന്മാർ അങ്ങിങ്ങ് ഓരോ കസേരയിൽ ഇരുന്ന് നിർദേശങ്ങൾ കൊടുക്കുന്നുണ്ട്. ചിലർ കുരുത്തോല മുറിക്കുന്നു.

ഇന്ന് രാമപ്പണിക്കരുടെ ദിനമാണ്. എല്ലാ കണ്ണുകളും ചെന്നെത്തുന്നത് അയാളിലേക്കാണ്. അയാളുടെ മുഖഭാവം ഭയാനകമാണ്. ചുവന്ന വട്ടക്കണ്ണുകളും അൽപ്പം ചരിഞ്ഞ നോട്ടവും മുരടൻ ശബ്ദവും. പകൽസമയത്തുപോലും കുട്ടികൾ അയാളെക്കണ്ടാൽ ഭയന്ന് ഓടി ഒളിക്കും. സ്ഥിരം മദ്യപാനിയല്ല. എന്നാൽ ആഭിചാരക്രിയകൾക്കും മറ്റും പോകുമ്പോൾ രഹസ്യമായി അൽപ്പം അകത്താക്കും.

ഇരുട്ടു വ്യാപിച്ചു. മന്ത്രവാദി രാമപ്പണിക്കർ കുളിച്ച് ഈറൻ മാറാതെ തറ്റുടുത്ത് അനുചരന്മാരോടൊപ്പം വീട്ടുമുറ്റത്തെത്തി. ചാർത്തുപ്രകാരം കരുതിവച്ചിരുന്ന പട്ടുവസ്ത്രം ചുറ്റിക്കെട്ടിയുടുത്തു. പന്തലിനകത്ത് ചാണകം മെഴുകി ഇട്ടിരുന്ന കളത്തിന്റെ ഒരു ഭാഗത്ത് കുഞ്ഞൻപിള്ളയെ ഒരു പലകമേൽ താങ്ങി ഇരുത്തി എതിർവശത്ത് അയാളും ഇരുന്നു. കണ്ണുമടച്ച് ധ്യാനനിഷ്ഠനായി ഏറെനേരം ഇരുന്നു. പൂജാപുഷ്പങ്ങൾ രണ്ടുകൈകൊണ്ടും വാരി മന്ത്രംജപിച്ച് രോഗിയുടെ ശിരസിലും ദേഹത്തും വിതറിക്കൊണ്ടിരുന്നു. എല്ലാവരും ഉൽക്കണ്ഠയോടെ വീക്ഷിക്കുന്നു. ഹോമം നടത്തുന്നതിനിടയ്ക്ക് മന്ത്രവാദിക്ക് വെളിപാടുണ്ടായി. തുള്ളിത്തുള്ളി "ഹും...ഹ്രീം!" ആഭിചാരക്രിയ ചെയ്തിരിക്കുന്നു. തകിടിലും പൂച്ചത്തലയിലും കൂടോത്രം ചെയ്ത് വീട്ടുപടിക്കൽ കുഴിച്ചിട്ടിരിക്കുന്നു. ഭാര്യവീടിന്റെ പടിക്കലും നിക്ഷേപിച്ചിട്ടുണ്ട്. ഹും..ഹും കാട്ടിത്തരാം." ഭൂതപ്രേത പിശാചുക്കളെ വെളിച്ചപ്പാടാകുന്ന പണിക്കർ നേരിട്ട് ദർശിക്കുന്നു; അഥവാ ദർശിക്കുന്നതായി മറ്റുള്ളവർക്ക് പ്രതീതി ജനിപ്പിക്കുന്നു. കൂടോത്രം എടുത്ത് നശിപ്പിച്ചിട്ട് ശുദ്ധികലശം നടത്തി ശത്രുസംഹാരഹോമം പൂർത്തിയാക്കിയാൽ എല്ലാ ദോഷവും തീരുമെന്നാണ്

മന്ത്രവാദിയുടെ ഭാഷ്യം. അതോടെ കുഞ്ഞൻപിള്ളയുടെ ആരോഗ്യസ്ഥിതിയും പൂർവസ്ഥിതിയിലാകും.

കുറ്റാക്കുറ്റിരുട്ട്, മന്ത്രവാദി ഉറഞ്ഞുതുള്ളുകയാണ്. തുള്ളിത്തുള്ളി പടിക്കലേക്ക് എടുത്തു ചാടുന്നു. അനുചരന്മാരിൽ ചിലർ റാന്തൽ വിളക്കുമായി പിന്നാലെ പായുന്നു. മറ്റുചിലരുടെ കൈവശം വെട്ടുകത്തി, കമ്പിപ്പാര മുതലായ ഉപകരണങ്ങൾ. പാത്രത്തിൽ വെള്ളം. ഒരാൾ കൊളുത്തിയ പന്തംപിടിച്ച് 'ഇതിലേ ഇതിലേ' എന്നു പറയുന്നുണ്ട്. എന്താണ് നടക്കുന്നതെന്നറിയാൻ ഇതിലൊന്നും വിശ്വാസമില്ലാത്ത ചില ചെറുപ്പക്കാരും കൂടിയിട്ടുണ്ട്. മറ്റുചിലർ മുറ്റത്തൊക്കെ ഉലാത്തുകയാണ്.

വീടിന്റെ പടിക്കൽ അടയാളം വരച്ച് വെള്ളം ഒഴിച്ചിട്ട് അനുഗ്രഹിച്ച നിലയിൽ തന്നെ കഷ്ടിച്ച് ഒരു കിലോമീറ്റർ അകലെയുള്ള ഭാര്യാഗൃഹം ലക്ഷ്യമാക്കി മന്ത്രവാദിയും സംഘവും ചാടിച്ചാടിപ്പോയി. കുറെകഴിഞ്ഞ് പൂച്ചത്തലയും തകിടും അളിഞ്ഞ മണ്ണും എടുത്ത് തിരികെ വന്നു. യഥാർഥത്തിൽ ഈ കൂടോത്രസാധനങ്ങൾ മന്ത്രവാദി നേരത്തെ കസ്റ്റഡിയിൽ കരുതിയിരുന്നതാണ്. തിരിച്ചെത്തി നേരത്തെ അടയാളം ചെയ്ത സ്ഥാനത്ത് ശക്തിയായി വെട്ടിക്കുഴിക്കാൻ ശ്രമിക്കവേ തലയും കുത്തി കുഴിയിലേക്കു മറിഞ്ഞു. അയ്യോ എന്ന വിളികേട്ട് കൂടെ ഉണ്ടായിരുന്നവരുടെ ശ്രമഫലമായി നിസ്സാരമല്ലാത്ത പരിക്കുകളോടെ രക്ഷപ്പെട്ടു. കൈവശമുണ്ടായിരുന്ന കൂടോത്രസാമഗ്രികളുമായി വേച്ചുവേച്ചു വന്ന് ബാക്കി ചടങ്ങുകൾ തുടർന്നു നടത്തിയെന്നു വരുത്തി തക്കതായ പ്രതിഫലം വാങ്ങി അർധരാത്രിയോടുകൂടി സ്ഥലം വിട്ടു.

മന്ത്രവാദിയും കൂട്ടരും കുഞ്ഞൻപിള്ളയുടെ ഭാര്യവീട്ടിലേക്കു പോയ സമയത്ത് സംശയം തോന്നിയ ഏതാനും ചെറുപ്പക്കാർ കൂടോത്രം കുഴിച്ചുവച്ചിട്ടുണ്ടെന്ന് രേഖപ്പെടുത്തിയ സ്ഥലം കുഴിച്ചുനോക്കുകയും മണ്ണല്ലാതെ മറ്റൊന്നും ഇല്ലെന്ന് ബോധ്യപ്പെടുകയും ചെയ്തിട്ട് കുഴി മൂടാതെ ഇട്ടിരിക്കുകയായിരുന്നു. അന്ധവിശ്വാസത്തെ അനുകൂലിക്കാത്ത ചെറുപ്പക്കാരുടെ കുസൃതിത്തരമായിരുന്നു.

കുഞ്ഞൻപിള്ളയുടെ അസുഖം 'മന്ത്രവാദചികിത്സ'കൊണ്ട് ഭേദപ്പെട്ടില്ല. വീണ്ടും ഡോക്ടർമാരെത്തന്നെ ആശ്രയിച്ചു. പണിക്കർക്ക് വീഴ്ചയുടെ ഫലമായി ശാരീരികാസ്വാസ്ഥ്യങ്ങൾ അനുഭവപ്പെട്ടു തുടങ്ങി. തൽക്കാലം രഹസ്യമാക്കി വച്ചെങ്കിലും പിന്നെപ്പിന്നെ എല്ലാം അങ്ങാടിപ്പാട്ടായി. സർക്കാർ ആശുപത്രിയിൽ ഇടയ്ക്കിടെ പരിശോധനയും ചികിത്സയും നടത്തിവന്നു. മനഃപൂർവം ചതിക്കാൻ ചെയ്തതല്ലെങ്കിലും ഇതിനൊക്കെ പരോക്ഷമായെങ്കിലും കാരണക്കാരായ ചെറുപ്പക്കാർക്ക് പശ്ചാത്താപം ഉണ്ടായി. അവർ മുന്നിട്ടിറങ്ങി ചികിത്സയ്ക്കും മറ്റും വേണ്ട സഹായങ്ങൾ എല്ലാം ചെയ്തുകൊടുത്തു. ക്രമേണ സുഖം പ്രാപിച്ചെങ്കിലും രാമപ്പണിക്കരുടെ വരുമാനം ലോപിച്ചുകൊണ്ടേയിരുന്നു. മന്ത്രവാദമല്ലാതെ മറ്റൊരു തൊഴിലും ശീലിച്ചിട്ടില്ലാത്തതിനാൽ വരുമാനമാർഗം

നിശ്ശേഷം നിലച്ചു. പുതിയ മേച്ചിൽപ്പുറം തേടി നടന്നെങ്കിലും ഒന്നും പച്ച പിടിച്ചില്ല. ജീവിതം വഴിമുട്ടി.

* * *

കാലത്തിന്റെ കുത്തൊഴുക്കിൽ നാട്ടുംപുറങ്ങളിൽ പോലും സംഭവ വികാസങ്ങൾ അതിദ്രുതം മാറിമറിഞ്ഞുകൊണ്ടിരുന്നു. പൊതുജനസഹ കരണത്തോടുകൂടിയുള്ള വികസനപ്രവർത്തനങ്ങളുടെ തുടക്കമായി. ജന ങ്ങളാകെ ഉന്മേഷത്തോടെ ഉണർന്നു പ്രവർത്തിക്കാൻ തുടങ്ങി. ജനകീ യാസൂത്രണത്തിന്റെ ഭാഗമായി സർക്കാരും ബഹുജനങ്ങളും സഹകരിച്ച് റോഡ് വികസനം, ജലസേചനം, ശുചീകരണം തുടങ്ങിയ പൊതുജനോ പകാരപ്രദമായ പ്രവർത്തനങ്ങൾ സജീവമാക്കി. റോഡിന് വീതികൂട്ടി നിര പ്പാക്കി ടാർ ചെയ്താൽ ബസ് സർവീസ് ആരംഭിക്കാമെന്ന് അധികാരി കൾ ഉറപ്പുനൽകി. ഒരു ഉത്സവത്തിന്റെ പ്രതീതി ജനിപ്പിച്ചുകൊണ്ട് റോഡു പണി തുടങ്ങി. ജോലിക്ക് കൂലി ഭക്ഷണമായിരുന്നു. തൊഴിലൊന്നുമി ല്ലാതെ പട്ടിണിയിലായ മന്ത്രവാദി രാമപ്പണിക്കരും മടിച്ചുമടിച്ച് അങ്ങോട്ടു വന്നു. റോഡുപണിയിൽ ഏർപ്പെട്ടിരുന്ന യുവാക്കൾ ചോദിച്ചു: "ആശാനേ കൂടുന്നോ?" പണിക്കർ സസന്തോഷം സമ്മതിച്ചു. ഒരു മൺവെട്ടി കൈയി ലെടുത്ത് മണ്ണ് വെട്ടിമാറ്റാൻ തുടങ്ങി. ചില കുസൃതികൾ മന്ത്രിച്ചു. "മന്ത്ര വാദി മണ്ണു ചുമക്കുന്നു" പണിക്കർ പതറിയ ശബ്ദത്തിലാണെങ്കിലും തറപ്പിച്ചു പറഞ്ഞു: "എന്റെ ഇനിയുള്ള കാലത്തെ മന്ത്രവാദം ഇപ്പടി താൻ." ആളുകൾ കൈയടിച്ച് ആഹ്ലാദപൂർവം ആർത്തുവിളിച്ച് പ്രോത്സാ ഹിപ്പിച്ചു.

സ്ഥലംമാറ്റവും കല്യാണവും

കല്യാണിക്കുട്ടിയമ്മയും മകൾ രാജേശ്വരിയും പതിവിലും നേരത്തെ തന്നെ എഴുന്നേറ്റു. പ്രഭാതഭേരി തുടങ്ങുന്നതിനുമുമ്പായി ക്ഷേത്രക്കുളത്തിൽ പോയി മുങ്ങിക്കുളിച്ചുവന്നു. പൂജാമുറിയിൽക്കയറി അമ്മ നിലവിളക്കു കൊളുത്തി പ്രാർഥിച്ചു. "ഭഗവതീ ഇതു നടക്കാൻ അനുഗ്രഹിക്കേണമേ." മകളെ വിളിച്ച് അടുത്തു നിർത്തി രണ്ടുപേരും തൊഴുകൈകളോടെ കുറേനേരം പ്രാർഥിച്ചു. അമ്മ പലഹാരങ്ങൾ തയാറാക്കാൻ അടുക്കളയിലേക്കുപോയി. അവർ ചിന്തിച്ചു 'വിവാഹദല്ലാൾ ഗോപാലപിള്ള നല്ല മനുഷ്യനാണ്. പരോപകാരിയാണ്. ആരെയും ചതിക്കാറില്ല. അയാൾ പറഞ്ഞകാര്യം ഓർത്തു. ചെറുക്കന്റെ വീട്ടുകാർ സാധാരണക്കാരാണ്. അധികം പ്രാരാബ്ധമില്ല. അത്യാഗ്രഹികളല്ല. പെൺകുട്ടിക്ക് വിദ്യാഭ്യാസം, സാമാന്യം സൗന്ദര്യം, ഒരു സർക്കാർ ഉദ്യോഗം ഇവ നിർബന്ധമാണ്. നാൾപ്പൊരുത്തം നേരത്തെ നോക്കിയതാണല്ലോ, നല്ല പൊരുത്തം.' അവർക്കും ഇതുതന്നെയാണ് വേണ്ടത്. പയ്യന് ഒരു സർക്കാർ ഉദ്യോഗം, ഒരു ഡിഗ്രി, നാലാൾ കണ്ടാൽ പഴിക്കരുത്.

എല്ലാം പറഞ്ഞ് ഒതുക്കിയിട്ടാണ് പെണ്ണുകാണാൻ വരുന്ന കാര്യം അറിയിച്ചത്. അതും ഒരു ചടങ്ങുമാത്രം. വീടുകണ്ടിട്ട് നിശ്ചയം ഉടനെ നടത്തണം. കല്യാണവും ദീർഘിപ്പിക്കരുത്. ശുഭസ്യ ശീഘ്രം.

സമയം രാവിലെ 10.30. ഗോപാലപിള്ള ഓടിക്കിതച്ചുവന്നു. "പയ്യനും അമ്മയും രണ്ടുമൂന്നുപേരും കവലയിൽ എത്തിയിട്ടുണ്ട്. ഏതാനും നിമിഷങ്ങൾക്കകം ഇങ്ങെത്തും. എല്ലാം പറഞ്ഞതുപോലെ."

ചെറുക്കന്റെ പാർട്ടി എത്തി. കസേരകളിൽ ഉപവിഷ്ടരായി. ഒരു ട്രേയിൽ ഏതാനും കപ്പുകളിൽ ചായയും ലഡു, ജിലേബി, കേക്ക് മുതലായ പലഹാരങ്ങളുമായി പെൺകുട്ടി മന്ദം മന്ദം മുന്നോട്ടു വന്നു.

പിന്നാലെ അമ്മയും. ഗോപാലപിള്ള പയ്യൻ ഇരുന്ന ഭാഗത്തേക്ക് വിരൽ ചൂണ്ടി കണ്ണുകാണിച്ചു. പെൺകുട്ടി ആകാംക്ഷാഭരിതയായി ആ മുഖത്തേക്ക് ഒന്നുനോക്കി. ഭൂമി അപ്പാടെ കറങ്ങുന്നതായി തോന്നി, അവളുടെ ഉള്ളിൽ ഒരു തീക്കനൽ കത്തിയെരിയുകയാണ്. അവൾ ആകെ പരിഭ്രമിച്ചു, തലചുറ്റുന്നതായി തോന്നി, ചായയും പലഹാരങ്ങളും തറയിൽ വീണുചിതറി, അമ്മ മകളെ താങ്ങിപ്പിടിച്ചു. രാജപ്പൻപിള്ള അന്തംവിട്ടുപോയി. എഴുന്നേറ്റ് മുറ്റത്തേക്ക് ചാടി. കൂടെയുണ്ടായിരുന്നവർ അനുഗമിച്ചു. "പെണ്ണിന് അപസ്മാരരോഗമാണ്. ഈ ബന്ധം നമുക്കു വേണ്ട." അവർ സ്ഥലം വിട്ടു.

2

രാജപ്പൻപിള്ള എസ്റ്റാബ്ലിഷ്മെന്റ് സെക്ഷനിലെ ഉദ്യോഗസ്ഥനാണ്. കേന്ദ്ര ഓഫീസിൽതന്നെ സ്ഥിരലാവണം. ഡയറക്റുടെയും മറ്റെല്ലാവരുടെയും കണ്ണിലുണ്ണി. നിയമനം, സ്ഥലംമാറ്റം, പ്രമോഷൻ ഇതിന്റെയൊക്കെ ഫയലുകൾ ശരിയായ രീതിയിൽത്തന്നെ കൈകാര്യം ചെയ്യും. നോട്ടെഴുതിയാൽ മേലുദ്യോഗസ്ഥൻ കണ്ണുമടച്ച് ഒപ്പിട്ട് കൊടുക്കും. ശമ്പളമല്ലാതെ 'കിമ്പളം' വാങ്ങാറില്ല. വീട്ടിൽ അമ്മയും മകനും മാത്രം.

ഏപ്രിൽ മാസം പൊതു സ്ഥലംമാറ്റത്തിന്റെ സമയം. കെട്ടുകണക്കിന് അപേക്ഷകൾ വന്നുകൊണ്ടിരിക്കുന്നു. ഒരു അവധിദിവസം രാജപ്പൻപിള്ള വീട്ടിൽ ഫയലുകൾ നോക്കിക്കൊണ്ടിരിക്കുന്നു. ഒരു പെൺകുട്ടി ചോദിച്ചറിഞ്ഞ് വീട്ടിൽ വന്നു. ചടുലമായ സംഭാഷണം. ഒരു അപേക്ഷയുംകൊണ്ടാണ് വരവ്. നേരത്തെ അയച്ചതിന്റെ കോപ്പിയാണ്. ആമുഖമായി അവൾ ഇത്രയും കൂട്ടിച്ചേർത്തു:

"ഈ വർഷം വീടിനടുത്തുള്ള ഏതെങ്കിലും ഓഫീസിലേക്ക് മാറ്റം കിട്ടിയില്ലെങ്കിൽ കുടുംബം ആകെ തകർന്നുപോകും. അച്ഛൻ നാടുവിട്ടുപോയിട്ട് കാലം കുറെയായി. ഇപ്പോൾ എവിടെയാണെന്നുപോലും അറിഞ്ഞുകൂടാ. അമ്മ നിത്യരോഗി. ഒരു സഹോദരിയെ കെട്ടിച്ചയക്കണം. അവൾക്കു ജോലിയില്ല. സഹോദരൻ പഠിക്കുകയാണ്. എല്ലാം എന്റെ വരുമാനം കൊണ്ടുമാത്രം. സാർ വിചാരിച്ചാൽ നടക്കും. രക്ഷിക്കണം." അയാൾ മറുപടി പറഞ്ഞു

"എല്ലാ അപേക്ഷകരും ഇതൊക്കെത്തന്നെയാണ് പറയുന്നത്. എങ്കിലും ശ്രമിക്കാം. അപേക്ഷ യുക്തിസഹമായിരിക്കണം. പേര്?" അയാൾ ചോദിച്ചു: "രാജേശ്വരി" അവൾ മറുപടി പറഞ്ഞു. രാജപ്പൻപിള്ള രാജേശ്വരിയുടെ അപേക്ഷ വാങ്ങി വായിച്ച് റീഡ്രാഫ്റ്റ് ചെയ്ത് കൊടുത്തു. ടൈപ്പ്റൈറ്റിംഗ് അറിയാമോ? "അറിയാം" അവളുടെ മറുപടി. "എങ്കിൽ മെഷിൻ ഇവിടെത്തന്നെയുണ്ട്. ഇത് ടൈപ്പ് ചെയ്യണം. തീയതി വച്ചോളാം." ടൈപ്പ് ചെയ്യുന്നത് ശരിയാണോ എന്ന് അയാൾ ഇടയ്ക്കിടെ പരിശോധിക്കുന്നുണ്ട്. പൂർത്തിയായപ്പോൾ അപേക്ഷ വാങ്ങി

യിട്ട് "കൊള്ളാം" എന്നു പറഞ്ഞ് പെട്ടെന്ന് അവളുടെ കവിളത്ത് ചുംബിച്ചു. കടന്നുപിടിച്ച് അടുത്തുള്ള കട്ടിലിൽ കിടത്തി. അമ്മ മാത്രമാണ് വീട്ടിലുള്ളതെന്നും ഇന്ന് അവധിയായതിനാൽ സഹോദരിയുടെ വീട്ടിലേക്ക് പോയിരിക്കുകയാണെന്നും പേടിക്കാനൊന്നുമില്ലെന്നും അയാൾ പറഞ്ഞു. പലതും നഷ്ടപ്പെട്ട അവൾ തിരിച്ചുപോയി.

അടുത്ത പൊതുസ്ഥലംമാറ്റത്തോടുകൂടി ഉദ്ദിഷ്ടസ്ഥലത്തേക്കു മാറ്റം കിട്ടി. ഒരു കുടുംബം രക്ഷപ്പെട്ടു.

കാലം കടന്നുപോകുകയായിരുന്നു. രാജേശ്വരിക്ക് പല കല്യാണാലോചനകളും വന്നു. വിവാഹദല്ലാൾ ഗോപാലപിള്ളയായിരുന്നു അതിനു ചുക്കാൻ പിടിച്ചത്. നാൾപ്പൊരുത്തം കൊണ്ട് അനുയോജ്യമായ ഒന്ന് അവർ തെരഞ്ഞെടുത്തു. ചെറുക്കൻ പെണ്ണുകാണാൻ വരുന്ന തീയതിയും ഉറപ്പിച്ചു. അനന്തരം വൈഷമ്യം നിറഞ്ഞ സംഭവപരമ്പര.

3

രാജേശ്വരിയുടെ വീട്ടിൽനിന്നും തിരിച്ചെത്തിയ രാജപ്പൻപിള്ള ചിന്താധീനനായി കാണപ്പെട്ടു. തന്റെ ഹൃദയത്തിൽ ഒരു സംഘട്ടനത്തിന്റെ വേലിയേറ്റവും വേലിയിറക്കവും ഉണ്ടായി. നിഷ്കളങ്കയായ ഒരു പെൺകുട്ടിയെ കശക്കിയെറിഞ്ഞ് കുടുംബത്തെ ദ്രോഹിച്ച താൻ എത്ര നീചനാണ്? അയാൾ സ്വയം വിധിയെഴുതി. അവൾ തലകറങ്ങി വീണതിന് കാരണക്കാരൻ താൻ മാത്രമാണ്. കഷ്ടം! താൻ ഒരു വികാരജീവിയായിപ്പോയി. ഒടുവിൽ വിവേകം അയാളുടെ വികാരത്തെ കീഴ്പ്പെടുത്തി. അയാൾ സ്വമേധയാ ഗോപാലപിള്ളയെ സമീപിച്ചു. കുറ്റം ഏറ്റുപറഞ്ഞു. രാജേശ്വരിയെ മനസാ സ്നേഹിക്കുന്നുവെന്നും മറ്റൊരു പെൺകുട്ടിയെ ഈ ജന്മം വിവാഹം കഴിക്കുകയില്ലെന്നും തറപ്പിച്ചു പറഞ്ഞു. അയാൾ അവളുടെ വീട്ടിലേക്കുപോയി. കുറ്റസമ്മതവും പശ്ചാത്താപവും ഭാവിജീവിതത്തെ കരുപ്പിടിപ്പിക്കുമെന്നയാൾ രാജേശ്വരിയുടെ മുഖത്തുനോക്കി പറഞ്ഞു. അവളും അയാളുടെ മുഖത്തുനിന്നും നോട്ടം പറിച്ചെടുക്കാതെ പറഞ്ഞു:

"ഇനി എനിക്കൊരു സ്ഥലംമാറ്റം ആവശ്യമില്ല സാർ."

വളരെ നന്ദി.

ബുധനാഴ്ച നല്ല ദിവസം

ഒരു കുഗ്രാമം. കാർഷികവിളകളുടെ സമൃദ്ധികൊണ്ട് അനുഗ്രഹിക്കപ്പെട്ട സുന്ദരദേശം. പാടത്തും പറമ്പിലും പകലന്തിയോളം പണി എടുക്കുന്ന കർഷകരുടെയും കർഷത്തൊഴിലാളികളുടെയും നാട്. പട്ടാളക്കാർ സല്യൂട്ട് ചെയ്ത് നിൽക്കുന്നപോലെ നിരനിരയായി നിൽക്കുന്ന വാഴകൾകൊണ്ട് നിബിഡമായ വാഴത്തോട്ടങ്ങൾ, മന്ദാനിലൻ ആശ്ലേഷിക്കുമ്പോൾ കാവടിയാടുന്ന കേരവൃക്ഷങ്ങൾ, വളർന്നു പന്തലിച്ചുനിൽക്കുന്ന മാവ്, പ്ലാവ് തുടങ്ങിയ ഫലവൃക്ഷങ്ങൾ, പച്ചപ്പട്ടുവിരിച്ച നെൽപ്പാടങ്ങൾ. എല്ലാം കൊണ്ടും ഹരിതപ്രഭ തുളുമ്പിനിൽക്കുന്ന ഭൂപ്രദേശം.

വിദ്യാഭ്യാസപരമായി പിന്നോക്കം നിൽക്കുന്ന ആ സ്ഥലത്ത് ആകെയുള്ള പൊതുസ്ഥാപനം ഒരു ലോവർ പ്രൈമറി സ്കൂളാണ്. വിദൂര സ്ഥലങ്ങളിൽ പോയി ഉന്നതവിദ്യാഭ്യാസം നേടിയവരും കലാസാഹിത്യ സാംസ്കാരിക പ്രവർത്തകരും വായനാതൽപ്പരരുമായ ഏതാനുംപേർ ഒന്നിച്ചുകൂടി ആ ദേശത്ത് ഒരു വായനശാല തുടങ്ങണമെന്ന് തീരുമാനിച്ചു. ഒരു താൽക്കാലിക കമ്മിറ്റി രൂപികരിച്ചു. പ്രാരംഭപ്രവർത്തനം എന്ന നിലയിൽ ഒരു പഴയകടയുടെ ഒഴിഞ്ഞ കോണിൽ ബോർഡ് തൂക്കി ഏതാനും ദിനപത്രങ്ങളും ആനുകാലിക പ്രസിദ്ധീകരണങ്ങളും വരുത്തി. കുറെ പുസ്തകങ്ങൾ ശേഖരിച്ചു. ഒരു ആസ്ഥാനം കണ്ടുപിടിക്കാനുള്ള ശ്രമ മായി. പ്രധാന കവലയ്ക്കടുത്ത് സൗകര്യപ്രദമായ അൽപ്പം സ്ഥലം കണ്ടുപിടിച്ചു. കാടും കുറ്റിയും വള്ളിപ്പടർപ്പുകളും നിറഞ്ഞ ആർക്കും ഉപയോഗമില്ലാതെ കിടന്ന സ്ഥലം. പുറമ്പോക്കാണെന്നും പറയപ്പെടുന്നു. പടുമരങ്ങൾ വെട്ടിമാറ്റി, കുറ്റിപറിച്ച് മണ്ണ് വെട്ടിയിട്ട് കുഴികൾ നികത്തി ഒരു ചെറിയ ഷെഡ് കെട്ടി, ബോർഡും സ്ഥാപിച്ച് വായനശാലയ്ക്ക് അടിസ്ഥാനമിട്ടു. ഏതാനും നല്ല പുസ്തകം വാങ്ങണം, ഓലഷെഡ് അൽപ്പം

കൂടി മെച്ചപ്പെടുത്തണം ഇതിനൊക്കെ പണം വേണം. പൊതുജനങ്ങളുടെ സഹായസഹകരണത്തോടുകൂടി എല്ലാകാര്യങ്ങളും വിജയിപ്പിക്കാമെന്നും ഒരു ഫണ്ട് പിരിവ് നടത്തണമെന്നും കമ്മിറ്റി തീരുമാനിച്ചു. ഒരു നല്ല മുഹൂർത്തവും നിശ്ചയിച്ചു.

ബുധനാഴ്ച പ്രഭാതസൂര്യൻ തന്റെ അരുണകിരണങ്ങൾകൊണ്ട് തലോടി ഫണ്ടുപിരിവുകാരെ അനുഗ്രഹിച്ചു. അവർ കിഴക്കോട്ട് കാലുവെച്ച് വടക്കോട്ടുതിരിഞ്ഞ് പ്രതീക്ഷാനിർഭരരായി ആദ്യത്തെ വീട്ടിലേക്കു കയറി. വീട്ടുടമസ്ഥൻ ഒരു യാഥാസ്ഥിതികനാണെങ്കിലും ധനാഢ്യനായ ഒരു കൃഷിക്കാരനാണ്. സാമാന്യം നല്ല ഒരു തുക പ്രതീക്ഷിക്കാം. പക്ഷേ, അനുഭവം പാളിപ്പോയി. അദ്ദേഹത്തിന്റെ പരുക്കൻ സ്വഭാവം ഭീകരരൂപത്തിൽ പുറത്തുചാടി. “എന്തിനു വന്നു?” ക്രുദ്ധനായി ചോദിച്ചു. “നമ്മുടെ വായനശാലയ്ക്കുവേണ്ടി...” കൂട്ടത്തിലുണ്ടായിരുന്ന ഒരു മുതിർന്ന വ്യക്തി സൗമ്യനായി പറയാൻ ശ്രമിച്ചെങ്കിലും പൂർത്തിയാക്കാൻ സമ്മതിച്ചില്ല. “ഫ! എല്ലാം നശിപ്പിച്ചില്ലെ? സർപ്പക്കാവാണ് നിങ്ങൾ വെളുപ്പിച്ചത്. യക്ഷിയും ഗന്ധർവനും കുടിയിരുന്ന സ്ഥലം. എല്ലാവരും അനുഭവിക്കും. ആരും ഇങ്ങോട്ടു കയറണ്ട.” ഉച്ചൈസ്തരം അരുളിച്ചെയ്തു. യഥാർഥത്തിൽ ആ കാവ് പൊതുകക്കൂസായി ഉപയോഗിക്കുന്ന സ്ഥലമായിരുന്നു.

പൊതുപ്രവർത്തകർ ഒരിക്കലും നിരാശപ്പെടാൻ പാടില്ലല്ലോ. മുന്നോട്ടുമുന്നോട്ട് എന്നുള്ള മുദ്രാവാക്യം മനസിൽ ഉരുവിട്ടുകൊണ്ട് അടുത്ത വീട് ലക്ഷ്യമാക്കി നടന്നു. അത് ഒരു ബിസിനസുകാരന്റേതായിരുന്നു. രാഷ്ട്രീയപ്രവർത്തനവും കുറേശ്ശെ ഉണ്ട്. പ്രവർത്തകരുടെ കൂട്ടായ്മ പടവുകൾ കടന്ന് അങ്കണത്തിലെത്തി. മുഖവുര ഒന്നുംവേണ്ടിവന്നില്ല. സംഭാഷണത്തിന്റെ കെട്ടഴിച്ചു. “കാര്യമൊക്കെ മനസിലായി. കമ്യൂണിസ്റ്റ് പുസ്തകങ്ങൾ വാങ്ങുന്നതിനുവേണ്ടിയായിരിക്കും പണപ്പിരിവ്? ആ പരിപ്പ് ഇവിടെ വേവത്തില്ല. നിങ്ങൾക്ക് വേറെ വഴി നോക്കാം.” സാരവത്തായ നല്ല പുസ്തകങ്ങൾ, വിശിഷ്യ ഗ്രന്ഥശാലസംഘം അംഗീകരിച്ചിട്ടുള്ളത്, വാങ്ങാനാണ് ഉദ്ദേശിക്കുന്നത്” എന്നുപറഞ്ഞിട്ടൊന്നും ഏശിയില്ല. അയാൾ അകത്തേക്ക് തല വലിച്ചു.

‘ഒന്നിൽപ്പിഴച്ചാൽ പിന്നെ മൂന്നിൽ’ എന്നാണ് പ്രമാണം. അടുത്ത വീട്ടിലേക്ക് നീങ്ങി. ഒരു ഇടത്തരം കുടുംബം. വന്നകാര്യം അറിയിച്ചു. നിരാശാഭരിതമായ പ്രതികരണമായിരുന്നു. “ഇവിടുത്തെ കുട്ടിയെ സ്കൂളിൽ ചേർത്തുപോയി. ഇനി വായനശാലയിൽ കൂടി ചേർത്തു പഠിപ്പിക്കാൻ പാങ്ങില്ല. സ്കൂളിൽ വിട്ടു പഠിപ്പിച്ചാലേ വല്ല ജോലിയും കിട്ടുകയുള്ളൂ. വായനശാലയിൽ ചേർത്തു പഠിപ്പിച്ചാൽ എന്തു ജോലി കിട്ടാനാ?” വായനശാലയിൽനിന്നും പുസ്തകങ്ങളും മാസികകളും എടുത്തു വായിച്ചു പഠിച്ചാൽ സ്കൂൾ വിദ്യാഭ്യാസത്തിന് കൂടുതൽ പ്രയോജനമുണ്ടാകും. പൊതുവിജ്ഞാനം വർദ്ധിക്കുവാനും വിശിഷ്യ, ഭാവിയുടെ

വാഗ്ദാനങ്ങളായ കുട്ടികളുടെ സ്വഭാവസംസ്കരണത്തിന് ഉപകരിക്കുമെന്നും മറ്റും പറഞ്ഞുനോക്കിയെങ്കിലും ഒട്ടുംതന്നെ ഏശിയില്ല.

അടുത്തത് ഒരു ബ്രാഹ്മണകുടുംബമായിരുന്നു. പ്രതാപശാലിയായിരുന്ന നമ്പൂതിരി, കാലത്തിന്റെ മുന്നേറ്റം. ഇപ്പോൾ അരിഷ്ടിച്ച് ജീവിക്കുകയാണ്. എന്നാലും മാമൂലുകളെ മുറുകെ പിടിക്കുന്ന കൂട്ടത്തിലാണ്. "ആർക്കൊക്കെയാണ് സ്ഥാപനത്തിൽ പ്രവേശനം." അദ്ദേഹം ആരാഞ്ഞു. ഒരു പ്രവർത്തകൻ മന്ദഹസിച്ചുകൊണ്ട് "എല്ലാവർക്കും" എന്നു പറഞ്ഞ് വിശദീകരിച്ചു. "വിജ്ഞാനസമ്പാദനത്തിന് അതിർ വരമ്പുകളില്ല, ജാതിമതവ്യത്യാസമില്ല, സ്ത്രീ പുരുഷഭേദം പോലുമില്ല." നമ്പൂതിരി അന്തംവിട്ട പോലെ നിന്നു. "ശിവ, ശിവ, സകലജാതിക്കാരും ഒന്നിച്ചിരുന്ന് വായിക്കുകയോ, കലിയുഗകാലം തന്നെ. നോം ഒന്നും തരാൻ തൽക്കാലം ഉദ്ദേശിക്കുന്നില്ല." സംഘം പിന്തിരിഞ്ഞു.

ഏതാനും വീടുകളിൽകൂടി ഭിക്ഷാംദേഹികളെപ്പോലെ കയറിയിറങ്ങി. പ്രവർത്തകരുടെ കാപ്പികുടിക്കുവേണ്ടിയാണ് പിരിവു നടത്തുന്നതെന്നു പറഞ്ഞ് പരിഹസിച്ചവരും ഉണ്ട്. മനസില്ലാമനസോടെ ചെറിയ തുകകൾ തന്ന മറ്റുചിലരും ഉണ്ട്.

സൂര്യൻ അരുണിമശോഭപൂണ്ട് പടിഞ്ഞാറേ ചക്രവാളത്തിൽ എത്തി. പിരിവുസംഘം ഗ്രാമത്തിന്റെ കിഴക്കുഭാഗത്തുള്ള ഒരു ചെറിയ മൈതാനത്തിന്റെ ഹൃദയഭാഗത്ത് ചടഞ്ഞുകൂടി പണം എണ്ണിനോക്കി. 625 രൂപ. ഓരോരുത്തരും അവരവരുടെ ഭാവനയുടെ ചെപ്പ് തുറക്കാൻ തുടങ്ങി. ബുധനാഴ്ച നല്ലദിവസമാണെന്ന് പറഞ്ഞ് സംഭാവന പിരിക്കാൻ ഇറങ്ങിയതാണ്. ഫലം കണ്ടല്ലോ എന്നൊരാൾ. ഫണ്ട് പിരിവ് കേമമായി. മറ്റൊരാൾ, അഭിപ്രായപ്രകടനങ്ങൾ ഒന്നിനുപിറകെ ഒന്നായി പൊട്ടിവീണുകൊണ്ടിരുന്നു. "രണ്ടോമൂന്നോ പേർ കൂലിപ്പണിക്കു പോയിരുന്നെങ്കിൽ ഇതിലും വലിയ തുക സംഭരിക്കാമായിരുന്നു." മുതിർന്ന ഒരു മാന്യൻ കൂട്ടിച്ചേർത്തു.

ഒരു പടയോട്ടം കഴിഞ്ഞ് ക്ഷീണിതരായ പ്രവർത്തകരുടെ ദയനീയ സ്ഥിതി കണ്ട് സഹതാപം തോന്നിയ ഒരു സമാജം നേതാവ് ഘനഗംഭീരമായി തുറന്നടിച്ചു. "ഞങ്ങളുടെ പ്രവർത്തനം കണ്ടു പഠിക്കണം. പണപ്പിരിവ് അശേഷമില്ല. പക്ഷേ, നല്ല ഒരു തുക സംഭരിക്കുവാൻ കഴിയുന്നു. അതിന്റെ 'ഗുട്ടൻസ്' വായനശാലാപ്രവർത്തകർക്ക് ആദ്യം പിടികിട്ടിയില്ല. അദ്ദേഹം അവസാനം അമിട്ട് പൊട്ടിച്ചു. "ഉൽപ്പന്നപിരിവ് എന്നുപറയുന്ന ഏർപ്പാട് - അതായത് അരി, നെല്ല്, നാളികേരം, ചേന, കാച്ചിൽ തുടങ്ങിയ ഏതു കാർഷികോൽപ്പന്നങ്ങളും സംഭാവനയായി സ്വീകരിക്കുക, ആരും ഒഴിഞ്ഞുമാറുകയില്ല, കഴിവനുസരിച്ച് നൽകും ഞങ്ങൾ ശേഖരിച്ച് അപ്പാടെ കൊടുത്തു കാശാക്കും."

രണ്ടുമൂന്നു യുവതുർക്കികൾ ആ വഴിക്കു വന്നു. രാഷ്ട്രീയ പ്രവർത്തകരാണ്. പ്രസ്ഥാനത്തോട് അവർക്ക് അനുഭാവമാണ്. അവരുടെ പ്രവർത്തനശൈലി തുറന്നുകാട്ടി. "ഞങ്ങൾക്ക് ഒരിക്കലും നിരാശ തോന്നി

യിട്ടില്ല. അച്ചടിച്ച നോട്ടീസ് നേരത്തെ വിതരണം ചെയ്യും. നിശ്ചിതദിവസം ഒരു ബക്കറ്റുമായി വീടുവീടാന്തരം കയറി ഇറങ്ങും. കണ്ണുരുട്ടി നോക്കും. എല്ലാവരും തുക ബക്കറ്റിൽ നിക്ഷേപിക്കും. രസീതുപോലും കൊടുക്കാറില്ല. സന്ധ്യക്കുമുമ്പ് 'ടാർജറ്റ്' പൂർത്തീകരിക്കും.

സന്നദ്ധ സംഘടനക്കാർ സ്വയം വിമർശനം നടത്തി. ചിന്ത ചിറകടിച്ച് പറക്കാൻ തുടങ്ങി. കലാസാഹിത്യസാംസ്കാരിക സംഘടനകൾക്ക് സംഭാവന നൽകുന്നതിൽ ജനങ്ങൾ വിമുഖരാണ്. മത, സാമുദായിക രാഷ്ട്രീയ സംഘടനകൾക്ക് വാരിക്കോരി കൊടുക്കും. മഹത്തായ സംരംഭങ്ങൾക്ക് സഹകരണം അന്യമാണ്. നിരാശരായ പ്രവർത്തകരെ ഉഷാറാക്കാൻ സെക്രട്ടറി 'റോബർട്ട് ബ്രൂസി'ന്റെ കഥ പറഞ്ഞു. ഒരു ചിലന്തി പഠിപ്പിച്ച പാഠം മനസിൽ ഓടിയെത്തി. ആറുപ്രാവശ്യം യുദ്ധത്തിൽ പരാജയപ്പെട്ടെങ്കിലും അവസാനം ധൈര്യം സംഭരിച്ച് പടവെട്ടി സ്വന്തം രാജ്യം തിരികെ പിടിച്ചു. വിജയശ്രീലാളിതനായി. ഈ ആശയം ഉൾക്കൊണ്ടുകൊണ്ട് തങ്ങളുടെ ശ്രമം തുടരാൻ തീരുമാനിച്ചു.

അവിടെ ഒരു കരാർ ലേലം നടക്കുന്നതറിഞ്ഞ് അങ്ങോട്ടു നീങ്ങി. നാട്ടിലെ പ്രധാന ജലസംഭരണിയായ കുളം വറ്റിച്ച് മലിനജലം നിർമാർജനം ചെയ്യുന്നതിനുള്ള ലേലമാണ്. 2100 രൂപയ്ക്ക് അവർ ലേലം ഉറപ്പിച്ചു. കൃത്യദിവസം തന്നെ അക്ഷീണപ്രയത്നം ചെയ്ത് പ്രവർത്തകരുടെ കൂട്ടായ്മകൊണ്ട് ഏറ്റെടുത്ത ജോലി പൂർത്തീകരിച്ച് കരാർ പ്രകാരമുള്ള തുക കൈപ്പറ്റി വായനശാലാ ഫണ്ടിലേക്ക് മുതൽകൂട്ടി പ്രാരംഭ ചെലവുകൾ നടത്തി മാതൃക കാട്ടി. വിജയശ്രീലാളിതരായ പ്രവർത്തകർ ആത്മസംതൃപ്തിയോടെ പിരിഞ്ഞു.

കാക്കാലനും പൈങ്കിളിയും

റോഡരികിൽ വിപുലമായ ആൾക്കൂട്ടം. പതുക്കെ അടുത്തുചെന്ന് ആളുകളെ വകഞ്ഞുമാറ്റി ഉള്ളിലേക്കു കടന്നു. പക്ഷി ശാസ്ത്രജ്ഞനായ കാക്കാലൻ കുട്ടപ്പൻ ശ്വാസരഹിതനായി നിലത്തുകിടക്കുന്നു. ഒരു പൊലീസുകാരൻ അടുത്തുചെന്ന് നാസികാഗ്രത്തിലേക്കു വിരൽ അടുപ്പിച്ച് ശ്വാസോച്ഛ്വാസം പരിശോധിച്ചു. "ശ്വാസവുമില്ല, ഉച്ഛ്വാസവുമില്ല, കാറ്റു പോയതുതന്നെ." അയാൾ സംശയമെന്യേ പ്രസ്താവിച്ചു. ആശുപത്രിയിൽ എത്തിക്കുവാൻ വേണ്ടതു ചെയ്തു. "പോസ്റ്റുമാർട്ടം നടത്തിയാലേ മരണകാരണം വ്യക്തമാകൂ." ആധികാരികസ്വരത്തിൽ പൊലീസ് ഉദ്യോഗസ്ഥൻ അരുളിച്ചെയ്തു.

ദേവീദേവന്മാരുടെ വർണശബളമായ ചിത്രം തത്തയെക്കൊണ്ട് എടുപ്പിച്ച് മറ്റുള്ളവരുടെ ജാതകം ഹരിച്ച് ഗുണിച്ച് കൃത്യമായിപ്പറയുന്ന കുട്ടപ്പൻ സ്വന്തം ജാതകം മാത്രം നോക്കിയിട്ടില്ല. തത്തയുടെ പ്രവൃത്തിയിൽ ഏവർക്കും വിശ്വാസമാണ്. ഓരോ ചിത്രവും ഓരോ കവറിലാണ്. എല്ലാ കവറുകളും അടുക്കി അടുക്കി വച്ചിരിക്കും. തത്ത കൊത്തിവലിച്ചെടുക്കുന്ന കവറിൽനിന്നും പുറത്തെടുക്കുന്ന ചിത്രം നോക്കി പൊടിപ്പും തൊങ്ങലും ചേർത്ത് വിശദീകരിക്കുമ്പോൾ വിശ്വസിച്ചുപോകും. ഭൂതകാലത്തെപ്പറ്റി ഒന്നും പറയാറില്ല. ഭാവിയെപ്പറ്റിയാണ് പ്രവചനം.

തത്ത എപ്പോഴും കൂട്ടിൽത്തന്നെയാണ്. ആരെങ്കിലും ജാതകം അറിയാൻ എത്തിയാൽ കൂടുതുറന്ന് തത്തയെ വെളിയിലേക്ക് ഇറക്കും. അനുയോജ്യമായ കവർ കൊത്തിവലിച്ചു മാറ്റിയിടും. അത് കുട്ടപ്പൻ കൈയിലെടുത്തിട്ട് തത്തയെ വീണ്ടും അകത്തേക്ക് കടത്തും. ഈ പ്രക്രിയ ഓരോരുത്തരുടെയും കാര്യത്തിൽ ഉണ്ടാകും.

തത്തയുടെ സഹായത്തോടെ ദേവീദേവന്മാരുടെ ചിത്രങ്ങളുടെ അടി

സ്ഥാനത്തിൽ ജാതകം പ്രവചിക്കുമ്പോൾ ആർക്കും തന്നെ അവിശ്വാസം ഉണ്ടാകാറില്ല. അതിൽ വിശ്വാസമില്ലാത്ത ഒരാൾ മാത്രമേ ഉള്ളൂ. അത് എല്ലാവരുടെയും ഭാവി പ്രവചിക്കുന്ന ജാതകശാസ്ത്രജ്ഞനായ സാക്ഷാൽ കുട്ടപ്പൻ കാക്കാലൻ തന്നെ.

ആ നാട്ടിൽ കാക്കാലന്മാരുടെ ഒരു കുടുംബം മാത്രമേയുള്ളൂ. അവരുടെ പ്രധാന ജോലി കൈനോട്ടമാണ്. വിദൂര സ്ഥലങ്ങളിൽ കയറിയിറങ്ങി സായംസന്ധ്യവരെയും തങ്ങളുടെ ജോലി തുടരും. കൈനോട്ടം വേണ്ടത്ര പച്ചപിടിക്കാത്ത അവസരങ്ങളിൽ അടുത്തുള്ള വീടുകളിൽ ഭിക്ഷാടനം നടത്തും. കൈനോട്ടവും ഭിക്ഷാടനവും അവരുടെ കുലത്തൊഴിലാണെന്നാണ് വയ്പ്പ്. ജാതിമത ഭേദമില്ല. കിട്ടുന്നത് വാങ്ങും. ഒരു വീട്ടിൽ കയറിയാൽ 'നല്ല കാലത്തു ഗുണം വരും' 'ഐശ്വര്യമുള്ള കൈയാണ്' തുടങ്ങിയ സ്ഥിരം വാക്യങ്ങൾ സമയോചിതമായി പ്രയോഗിക്കും. കൈപിടിച്ചു നോക്കി രേഖകൾ പരിശോധിച്ച് വാചാലമായി ഭാവി കാര്യങ്ങൾ പ്രവചിക്കും. വർത്തമാനകാല സംഭവങ്ങളും കുറച്ചൊക്കെ വിവരിക്കും.

ഒരു വീട്ടിൽ കയറിയാൽ അവിടത്തെ സ്ത്രീകളെ വാചകമടിച്ച് വശീകരിക്കും. അടുത്തുള്ള വീടുകളിലെ വിവരങ്ങളും ചോദിച്ചറിയും. അത് പിന്നീട് അവരുടെ ഫലപ്രവചനങ്ങൾക്കു കൂടുതൽ പ്രയോജനപ്രദമാകും. വാർധക്യത്തോടടുത്ത കാക്കാലത്തിയാണ് കുടുംബത്തിലെ പ്രധാന സാമ്പത്തിക സ്രോതസ്സ്. അവർ അന്തിക്ക് വീട്ടിൽ എത്തിയിട്ടുവേണം അടുപ്പിൽ തീ പുകയാൻ.

കുടുംബത്തിലെ ഏക ആൺതരിയാണ് കുട്ടപ്പൻ. വികലാംഗനാണ്. ഒരു കാലിനുമുടന്ത്, ഒരു കൈ ഓഞ്ഞത്. അവൻ വീട്ടുകാരുടെ കണ്ണിലുണ്ണിയാണ്. എല്ലാവരുടെയും സ്നേഹഭാജനം. വീട്ടിൽ ആർക്കും വിദ്യാഭ്യാസമില്ല. കുട്ടപ്പനെ സ്കൂളിൽ ചേർത്തു. എഴുതാനും വായിക്കാനുമെങ്കിലും പഠിക്കട്ടെ.

പഠിത്തത്തിൽ കുട്ടപ്പൻ വേണ്ടത്ര ശുഷ്കാന്തി കാണിച്ചില്ല. സതീർഥ്യരോടൊപ്പം ബഹുദൂരം മുന്നോട്ടുപോയതുമില്ല. ഒരേ ക്ലാസിൽത്തന്നെ രണ്ടും മൂന്നും തവണ പഠിച്ചിട്ടാണ് അടുത്ത ക്ലാസിലേക്ക് കയറിപ്പറ്റിയത്.

കുട്ടപ്പൻ പഠിത്തത്തിൽ പിന്നോക്കമായിരുന്നുവെങ്കിലും പ്രകൃതിയുടെ ഒരു ഉപാസകൻ ആയിരുന്നു. മൊട്ടക്കുന്നുകളും കുറ്റിക്കാടുകളും വള്ളിപ്പടർപ്പുകളും മുൾച്ചെടികളും നെൽവയലുകളും നീരുറവകളും എല്ലാം അവന് ഹരമായിരുന്നു. സ്കൂളിൽ പോകുന്നു എന്ന വ്യാജേന വീട്ടിൽനിന്നും ഇറങ്ങി കുറ്റിക്കാട്ടിൽ അഭയം തേടുമായിരുന്നു. പുല്ലാഞ്ഞിക്കാട്ടിൽ ഒളിച്ചിരുന്ന് വൈകുന്നേരമാകുമ്പോൾ വീട്ടിൽ തിരിച്ചു വരുമായിരുന്നു.

അധികം താമസിയാതെ കുട്ടപ്പന്റെ സ്കൂൾ വിദ്യാഭ്യാസം അവസാനിച്ചു. ഒരുദിവസം അടുത്ത വീട്ടിലെ കുട്ടിയെ അധ്യാപകൻ ദൂതനായി

അവന്റെ വീട്ടിലേക്കു വിട്ടു. അതോടെ അവന്റെ കള്ളി വെളിച്ചത്തായി. അവൻ സ്കൂളിൽ പതിവായി ഹാജരാകാറില്ലെന്നും പഠിക്കാൻ അശ്ശേഷം ഉത്സാഹം കാണിക്കുന്നില്ലെന്നും അവന്റെ പേര് ഹാജർ ബുക്കിൽനിന്നും നീക്കം ചെയ്തുവെന്നും പറഞ്ഞയച്ചു. ഇനി കുട്ടപ്പനെ സ്കൂളിലേക്കു വിടേണ്ടതില്ലെന്ന് അധ്യാപകൻ കൽപ്പന പുറപ്പെടുവിച്ചു. വീട്ടുകാർ എല്ലാം അറിഞ്ഞുവന്നപ്പോഴേക്കും വൈകിപ്പോയി.

കുട്ടപ്പൻ നിരാശനായില്ല. അയാൾക്ക് വാസനയുള്ള വിഷയങ്ങളിൽ സ്വയം പ്രാവീണ്യം നേടുകയായിരുന്നു. പാട്ട് അയാളുടെ പ്രാണനായിരുന്നു. പാട്ടുകച്ചേരി, ഗാനമേള മുതലായ കലാപരിപാടികൾ കേൾക്കാനും കാണാനും പോകുക പതിവായിരുന്നു. രാത്രിയിൽ നിദ്രാദേവിയെ വെല്ലുവിളിച്ചുകൊണ്ട് ക്ഷേത്രങ്ങളിലെ ഉത്സവപരിപാടികളിൽ പങ്കെടുക്കും. പ്രകൃതിയുടെ ഉപാസകനായിരുന്നതുകൊണ്ട് ചിത്രകലയിൽ സ്വയം പ്രാഗത്ഭ്യം നേടി. മനോഹരമായ ചിത്രങ്ങൾ വരച്ചുകൊടുത്ത് ചില്ലറകളും കരസ്ഥമാക്കിയിരുന്നു. ശ്രീകൃഷ്ണൻ, അർധനാരീശ്വരൻ, സൂര്യോദയം തുടങ്ങിയ ബഹുവർണചിത്രങ്ങൾ ആരെയും ഹഠാദാകർഷിക്കുന്നതായിരുന്നു. ആളുകൾ കൂട്ടം കൂടുന്ന ചന്തമുക്കിലും റോഡരികത്തും പോയിരുന്ന് ഉച്ചത്തിൽ പാടും. കേഴ്വിക്കാരെ സന്തോഷിപ്പിക്കാൻ ചില രസകരമായ കഥകളും പറയും. ചില്ലറ കിട്ടിത്തുടങ്ങിയെങ്കിലും സമൂഹം വേണ്ടത്ര അംഗീകരിക്കുന്നില്ലെന്ന തോന്നൽ അയാളെ പലപ്പോഴും കീഴടക്കിയിരുന്നു. സ്ഥിരം വരുമാനം ഇല്ലാത്തവൻ കീഴ്ജാതിക്കാരൻ വിശിഷ്യ വികലാംഗൻ എന്നീ മാനദണ്ഡങ്ങളുടെ പേരിൽ പലരും അവനോട് പുച്ഛമായിത്തന്നെ പെരുമാറിപ്പോന്നു.

അന്യസ്ഥലങ്ങളിൽനിന്നും എത്തുന്ന നാടോടികൾ എല്ലാം കുട്ടപ്പന്റെ വീട്ടിലാണ് തമ്പടിക്കുന്നത്. അവരിൽനിന്നും പലതും സ്വായത്തമാക്കും. സംഗീതം, പാട്ട്, ഹസ്തരേഖാശാസ്ത്രം മുതലായവ. പകൽസമയം നാടാകെ വിവിധ പരിപാടികളുമായി അലഞ്ഞുതിരിഞ്ഞ് രാത്രിയിൽ കുട്ടപ്പന്റെ കുടിലിൽ തങ്ങും. ഏതാനും ദിവസങ്ങളിലെ പരിപാടികൾ കഴിഞ്ഞ് അവർ മറ്റ് മേച്ചിൽപ്പുറം തേടിപ്പോകും. ഒരിക്കൽ പക്ഷിശാസ്ത്രക്കാരായ നാടോടികൾ തിരികെ പോകാൻ തുടങ്ങിയപ്പോൾ അവന്റെ മനസിൽ ഒതുങ്ങിക്കൂടിയിരുന്ന അഭിലാഷം മറനീക്കി പുറത്തുചാടി. ഒരു കിളിക്കൂടും അതിലെ തത്തയെയും അവൻ മോഹിച്ചു. ഒടുവിൽ അവന്റെ മോഹം പൂവണിഞ്ഞു. അവർ ഒരു തത്തയെ കൂട്ടിനകത്താക്കി അവനു നൽകി. അവൻ ആനന്ദനൃത്തം ചെയ്തു. തത്തയ്ക്ക് 'പൈങ്കിളി' എന്നു പേരിട്ടു.

കാലം മുന്നേറിക്കൊണ്ടിരുന്നു. കുട്ടപ്പനും വളർന്നുകൊണ്ടേയിരുന്നു. ശാരീരികമായി മാത്രമല്ല, കലാസാംസ്കാരിക മേഖലകളിലും പ്രതിഭാധനനായിത്തീർന്നു.

തത്തയ്ക്ക് പഴംകൊടുത്ത് വളർത്തുന്നതോടൊപ്പം സംസാരിക്കാനും പഠിപ്പിച്ചു. "പൂച്ച, പൂച്ച, കണ്ണൻ" തുടങ്ങിയ പദങ്ങൾ അവ്യക്തമായിട്ടെ

ങ്കിലും തത്തച്ചുണ്ടിൽനിന്നും പുറത്തേക്കു ചാടുമായിരുന്നു. കൂട്ടിൽനിന്നും വെളിയിൽ ഇറക്കിയാൽ അടുക്കിവെച്ചിരിക്കുന്ന കവർ കൊത്തിക്കൊത്തി അനുയോജ്യമായത് തിരഞ്ഞുപിടിച്ച് കൊത്തിവലിച്ച് കൂട്ടത്തിൽനിന്നും മാറ്റുവാനും ചുറുചുറുക്ക് കാണിക്കുമായിരുന്നു.

കുട്ടപ്പന് ഇന്ന് വിശ്രമമില്ലാത്ത ജീവിതമാണ്. അവൻ കുടുംബത്തിന്റെ താങ്ങുംതണലുമാണ്. പുലർച്ചെ എഴുന്നേറ്റ് തത്തയ്ക്ക് വെള്ളവും ആഹാരവും കൊടുത്ത് ഇഷ്ടദേവനായ സൂര്യനെ നമസ്കരിച്ച് ഊരു ചുറ്റാനിറങ്ങും. ചിലപ്പോൾ വീടുകളിൽ കയറിയിറങ്ങും. മറ്റു ചിലപ്പോൾ ഏതെങ്കിലും കവലകളിൽ മാറിമാറി ഇരിക്കും. കിളിക്കൂട്ടിൽ നിന്നും തത്തയെ വെളിയിൽ ഇറക്കിയാൽ ഏതെങ്കിലും കവർ കൊത്തി വലിച്ചെടുക്കുമ്പോൾ അതിലെ ചിത്രം നോക്കി അതിന്റെ അടിസ്ഥാനത്തിലായിരിക്കും അവന്റെ ഭാഷ്യം.

ഒരിക്കൽ ഒരു പട്ടാളക്കാരൻ ഭാവി അറിയുവാൻ കുട്ടപ്പനെ സമീപിച്ചു. തത്തയെ ഇറക്കി എടുത്ത ചിത്രം ഇതിഹാസപുരുഷനായ കർണന്റേതായിരുന്നു. പൊടിപ്പും തൊങ്ങലും ചേർത്ത് കുട്ടപ്പൻ പ്രവചിച്ചു.

"കർണൻ സൂര്യപുത്രനാണ്. ദാനധർമിഷ്ഠനാണ്. വില്ലാളിവീരനാണ്." പട്ടാളക്കാരനെ നോക്കി മുന്നറിയിപ്പെന്നോണം സൂചിപ്പിച്ചു: "അവസാനം ധർമയുദ്ധത്തിന്റെ മാന്യതകൾ ലംഘിച്ച് ചതിയിൽ വീഴ്ത്തി അർജുനൻ തിടുക്കത്തിൽ അയച്ച കൂരമ്പുകൾ തറച്ച് വീരചരമമടഞ്ഞു. അതുകൊണ്ട് സൂക്ഷിക്കണം."

തക്കതായ പ്രതിഫലം കൊടുത്ത് പട്ടാളക്കാരൻ പോയി. അവധികഴിഞ്ഞ് കാശ്മീരിലേക്കാണ് പോയത്. തിരികെ വന്നത് വീരപരിവേഷത്തോടെ ജവാന്റെ നിർജീവമായ ശരീരമായിരുന്നു. മരണാനന്തര ബഹുമതിയായ വീരചക്രവും നേടി. അതോടെ കാക്കാലനും തത്തയും കൂടുതൽ പ്രശസ്തരായി.

ദൂരെദൂരെയുള്ള ദിക്കുകളിൽ പോയാൽ നിശാവേളയിൽ കുട്ടപ്പൻ തത്തയെയും കൂട്ടി വല്ല കടത്തിണ്ണയിലോ ക്ഷേത്രമൈതാനത്തോ കിടന്നുറങ്ങും. ഒരാഴ്ച കൂടുമ്പോൾ വീട്ടിൽ വരും. രണ്ടുമൂന്നു ദിവസം വിശ്രമിച്ചശേഷം വീണ്ടും സഞ്ചാരം തുടങ്ങും. അങ്ങനെ സ്ഥിരം സഞ്ചാരിയായി. എവിടെയും പരിചയക്കാരുമായി.

വർഷങ്ങൾ മുന്നോട്ടു നീങ്ങി. ഒരിക്കൽ പകലന്തിയോളം പണിയെടുത്ത് ക്ഷീണിതനായി ഒരു ഉത്സവപ്പറമ്പിൽ എത്തി. ആരാമസദൃശ്യമായ മൈതാനം. കുളിർമയുള്ള സുരഭിലമായ മന്ദാനിലൻ തലോടിയപ്പോൾ കുട്ടപ്പന് രാത്രിയിൽ നേരത്തെ ഉറങ്ങണമെന്നു തോന്നി. തന്റെ ജീവനു തുല്യമായ പൈങ്കിളിക്ക് ആഹാരവും വെള്ളവും കൊടുത്ത് കൂട്ടിൽ കയറ്റിയടച്ച് സമീപത്തുതന്നെ കൂടുവച്ച് ചരടിട്ട് കെട്ടി ഉറപ്പിച്ചു. പുൽത്തകിടിയിൽ ഒരു തഴപ്പായ് വിരിച്ച് ശയിച്ചു. സുഖസുഷുപ്തിയിലാണ്ടു. നിശയുടെ ഉത്തരാർധം. കുറ്റാക്കുറ്റിരുട്ട്. കിളിക്കൂട്ടിൽ ഒരു ദാരുണമായ കരച്ചിൽ. തന്റെ ജീവിതത്തിന്റെ എല്ലാ ഐശ്വര്യങ്ങൾക്കും നിദാനമായ ജീവി

തസഖിയായ അരുമയായ പൈങ്കിളിയെ ഏതോ ഒരു ജീവി (വിഷസർപ്പമെന്നു സംശയിക്കുന്നു) കടിച്ചു. അവൾ നിലവിളിച്ച് നിലവിളിച്ച് ജീവനും വെടിഞ്ഞു. അനാരോഗ്യവാനും വികലാംഗനുമായ കുട്ടപ്പനും വാവിട്ടുനിലവിളിച്ചെങ്കിലും ആരും രക്ഷയ്ക്കെത്തിയില്ല.

കുട്ടപ്പൻ ഒരു കണക്കിനു നേരം വെളുപ്പിച്ചെന്നുപറയാം. അപ്പോഴേക്കും എല്ലാം കഴിഞ്ഞിരുന്നു. പറവയുടെ ജീവൻ പറന്നുപോയിരുന്നു. ശപിക്കപ്പെട്ട കാളരാത്രിയെ പുറന്തള്ളി രക്തപതാകയുമേന്തി തന്റെ ഇഷ്ടദേവൻ 'പൈങ്കിളി'ക്ക് ആദരാഞ്ജലി അർപ്പിച്ചുകൊണ്ട് പൂർവദേശത്ത് കുന്നിൻമുകളിലൂടെ പ്രത്യക്ഷപ്പെട്ടു. പരസഹായത്തോടെ പൈങ്കിളിയുടെ മരണാനന്തരകർമങ്ങൾ കുട്ടപ്പൻ വിധിയാംവണ്ണം അനുഷ്ഠിച്ചു.

കുട്ടപ്പന്റെ പിന്നീടുള്ള ജീവിതം കഷ്ടത നിറഞ്ഞതായിരുന്നു. പൈങ്കിളിയുടെ വേർപാട് തന്റെ പാതിജീവൻ നഷ്ടപ്പെട്ടതുപോലെയായി. കിളിയില്ലാത്ത കിളിക്കൂടും പേറി നടന്നിട്ട് എന്ത് പ്രയോജനം? താമസംവിനാ തന്റെ കിളിക്കൂടും ഉപേക്ഷിച്ചു. എന്നാൽ കൈനോട്ടം അവസാനിപ്പിച്ചില്ല.

അസുഖങ്ങൾ പലതും അയാളെ ആശ്ലേഷിച്ചുതുടങ്ങി. വീടുവീടാന്തരം കയറിയിറങ്ങി നടക്കുമ്പോൾ ചുമച്ചുവലിച്ചാണ് നീക്കം. അതോടെ മറ്റുള്ളവർ അയാളെ ഒഴിവാക്കാൻ തുടങ്ങി. ആൾക്കാർ വെറുപ്പോടെ വീക്ഷിക്കുന്നത് ഹൃദയഭേദകമായിരുന്നു.

കുട്ടപ്പൻ തന്റെ സഞ്ചാരം തുടർന്നുകൊണ്ടേയിരുന്നു. പൈങ്കിളിയെ നഷ്ടപ്പെട്ടതിനുശേഷം സ്വന്തം വീട്ടിൽ പോകാറില്ല. ജീവിതത്തോട് തന്നെ മടുപ്പ് തോന്നിത്തുടങ്ങി. എവിടെയെങ്കിലും അന്തി ഉറങ്ങും. അവസാനം ഒരുദിവസം പുലർച്ചെ തന്റെ സഞ്ചാരം എന്നത്തേയ്ക്കുമായി അവസാനിപ്പിച്ച് താൻ പ്രാണനുതുല്യം സ്നേഹിച്ചിരുന്ന പൈങ്കിളിയുടെ പിന്നാലെ യാത്രയായി.

അറുകൊല അമ്മാവനും മാഫിയ തലവനും

ഇക്കൊല്ലം സ്കൂൾവാർഷികം പൊടിപൊടിക്കണം. അധ്യാപക രക്ഷാകർതൃ സമിതിയുടെ സംയുക്തയോഗം കൂടി ഏകകണ്ഠമായി തീരുമാനിച്ചു. സർവസമ്മതനായ ഒരു ഉന്നതവ്യക്തിയെക്കൊണ്ട് ഉദ്ഘാടനം ചെയ്യിക്കണം. വിവിധ കലാപരിപാടികൾകൊണ്ട് സമ്മേളനം കൊഴുപ്പിക്കണം. സംഘാടകസമിതി കൺവീനറായി സ്കൂൾ അധ്യാപകനായ അനിൽകുമാറിനെയും കലാപരിപാടികൾ സംഘടിപ്പിക്കുവാൻ സേതുലക്ഷ്മി ടീച്ചറെയും ജനറൽ കൺവീനറായി പഞ്ചായത്ത് പ്രസിഡന്റ് ജോസഫ് അവർകളെയും തെരഞ്ഞെടുത്തു.

ഇന്ത്യാ മഹാരാജ്യത്ത് എവിടെയും ജ്വലിച്ചുനിൽക്കുന്ന സൂപ്പർമാൻ സുനിൽ പ്രേംരാജ് ആയിരുന്നു ഉദ്ഘാടകൻ. അദ്ദേഹം കൃത്യസമയത്ത് തന്നെ എത്തി. താലപ്പൊലിയേന്തിയ 101 പെൺകുട്ടികൾ ഹൃദ്യമായ വരവേൽപ്പ് നടത്തി. കൺവീനർ അനിൽകുമാർ ആദരപൂർവം സ്വാഗതം പറഞ്ഞു. എല്ലാവർക്കും സ്വാഗതം പറഞ്ഞെങ്കിലും ഉദ്ഘാടകനായ സുനിൽ പ്രേംരാജിനെ പ്രകീർത്തിച്ച് സ്വാഗതം ആശംസിച്ചപ്പോൾ ഉള്ളിൽ ഒരു കിടിലം. യോഗാനന്തരം പരസ്പരം ആരുമാരും അധികം സംസാരിക്കാതെ ചായസൽക്കാരത്തിനുശേഷം പിരിഞ്ഞുപോയി. ഉദ്ഘാടകൻ വളരെ തിരക്കുള്ള വ്യക്തിയാണ്. യാത്ര മിക്കപ്പോഴും വിമാനത്തിൽ മാത്രം.

രാത്രി വൈകിയാണ് അനിൽകുമാർ വീട്ടിൽ എത്തിയത്. ജോലിത്തിരക്കു കാരണം ക്ഷീണിതനായെങ്കിലും വല്ലാത്ത ഒരു ചിന്ത മനസിനെ അലട്ടിക്കൊണ്ടിരുന്നു. തന്റെ ഉപബോധമനസിൽ ഒരു ദൃശ്യം. ഉദ്ഘാടകൻ തന്റെ പൂർവകാല സുഹൃത്ത് സുനിൽകുമാർ തന്നെയല്ലേ? നേരിട്ട് ഒന്നും ചോദിക്കാനും പറ്റിയില്ല. ഇനി ഇപ്പോൾ ആരോടു ചോദിക്കാൻ?

തന്റെ ജീവിതത്തിലെ പഴയ കാര്യങ്ങൾ ഒന്നൊന്നായി ഓർമയിൽ

ഒഴുകിയെത്തുന്നു. താൻ എട്ടു വയസുള്ള ഒരു കുട്ടി. രാത്രി അസമയത്ത് ഏതോ ഭയാനകമായ അലർച്ച തുടരെത്തുടരെ കേട്ടു. അൽപ്പം കഴിഞ്ഞ് ജനലിൽക്കൂടി വെളിയിലേക്ക് നോക്കിപ്പോയി. ഒരു ആൾരൂപം മുറ്റത്ത് നിന്നും പ്രയാണം ചെയ്യുന്നതായി തോന്നി. തന്റെ പ്രാണനായ അമ്മു വെന്ന ആട്ടിൻകുട്ടിയുടെ കരച്ചിൽ കേട്ടു. ഒരുപക്ഷേ തോന്നലായിരിക്കും. എന്നാൽ ആരും വെളിയിൽ ഇറങ്ങി നോക്കാൻ ധൈര്യപ്പെട്ടില്ല. കുറ്റാക്കുറ്റിരുട്ട്. ഒരു കണക്കിന് നേരം വെളുപ്പിച്ചെന്ന് പറയാം.

പ്രഭാതം പൊട്ടിവിടരുന്നു. കാക്കകൾ കാ കാ ശബ്ദത്തോടെ പാടി പറന്ന് ആകാശസഞ്ചാരം നടത്തുന്നു. വെളിയിൽ ആരൊക്കെയോ അടക്കിയ ശബ്ദത്തിൽ സംസാരിക്കുന്നു.

"ഇന്നലെ രാത്രി അറുകൊല നാട്ടിൽ ഇറങ്ങിയിരുന്നു. ഭയങ്കരമായ അലർച്ചയും അട്ടഹാസവും കേട്ടിരുന്നു. കുഞ്ഞമ്മാവൻ വല്ലതും അറിഞ്ഞോ?"കൊച്ചുചെറുക്കൻ ആരാഞ്ഞു.

"അർധരാത്രി കഴിഞ്ഞ സമയമായതുകൊണ്ട് അലർച്ച കേട്ടെങ്കിലും ഭയം കൊണ്ട് വീട്ടിനു വെളിയിലേക്കിറങ്ങിയില്ല. പോരെങ്കിൽ അമാവാസി ദിവസവും."കുഞ്ഞമ്മാവൻ പ്രതികരിച്ചു.

ചുറ്റുപാടുമുള്ള വീടുകളിൽനിന്നും ആളുകൾ പുറത്തിറങ്ങിയത് പരാതികളുടെ ഒരു കൂമ്പാരവുമായിട്ടായിരുന്നു. വീടുകളിൽനിന്ന് വിലപിടിപ്പുള്ള കിണ്ടി, മൊന്ത, ഓട്ടുപാത്രങ്ങൾ, ഉരുളി ഇവ കാണാതായിരിക്കുന്നു. തെങ്ങിൽനിന്നും നാളികേരം കുലയോടെ വെട്ടിയിരിക്കുന്നു. വാഴക്കുലയും മോഷണം പോയി. തൊഴുത്തിൽനിന്നും ആട്ടിൻകുട്ടിയെപ്പോലും അപഹരിച്ചിരിക്കുന്നു.

കുട്ടി തൊഴുത്തിലേക്കു നോക്കി. താൻ ജീവനുതുല്യം സ്നേഹിച്ച് ഓമനിച്ച് വളർത്തിയ 'അമ്മു' എന്ന ആട്ടിൻകുട്ടിയെ കാണ്മാനില്ല. അമ്മു എന്നു വിളിക്കുമ്പോൾ 'ഉം..മേ' എന്ന് പ്രതികരിച്ചുകൊണ്ട് ഓടി എത്തുന്ന പാവം ആട്ടിൻകുട്ടി. താൻ രാത്രിയിൽ സ്വപ്നം പോലെ കണ്ടിരുന്നത് യാഥാർഥ്യമായിരിക്കുന്നു. പച്ചിലയും പിണ്ണാക്കും മാത്രമല്ല തനിക്കു തരുന്ന ആഹാരത്തിന്റെ ഒരു പങ്കും അമ്മുവിന് കൊടുക്കുമായിരുന്നു. അനിൽ എന്ന വിദ്യാർഥിയും അമ്മു എന്ന ആട്ടിൻകുട്ടിയും സഹോദരങ്ങളായി ജീവിച്ചു വരികയായിരുന്നു. രാത്രിയിൽ ഉണ്ടക്കണ്ണുള്ള ഭീകരരൂപിയായ ഒരു കറുത്ത മനുഷ്യൻ ആടിന്റെ കയറ് അറുത്ത് വലിച്ചുകൊണ്ടുപോകുന്നതായിട്ടായിരുന്നു കണ്ടത്. പക്ഷേ അവന്റെ രാത്രിദർശനം ആരും വിലയ്ക്കെടുത്തില്ല. എല്ലാം അറുകൊലയുടെ മായാജാലമെന്ന് അവർ വ്യാഖ്യാനിച്ചു.

'അറുകൊല'യെയും 'മാട'നെയും പറ്റി പല കഥകളും നാട്ടുകാരുടെ ഇടയിൽ പ്രചാരത്തിലുണ്ട്. ഒരു സംഭവം മുതിർന്ന ഒരു കാരണവർ വിവരിച്ചു. ഒരിക്കൽ ഒരു പട്ടാള ഉദ്യോഗസ്ഥൻ അവധിക്ക് നാട്ടിലേക്ക് വരികയായിരുന്നു. ട്രെയിൻ അടുത്തുള്ള സ്റ്റേഷനിൽ എത്തിയപ്പോൾ രാത്രി വളരെ വൈകിയിരുന്നു. എങ്കിലും ധൈര്യം സംഭരിച്ച് പെട്ടിയും തൂക്കിപ്പിടിച്ച് ഇടവഴിയിൽക്കൂടി വീട്ടിലേക്ക് നടന്നുവന്നു. പെട്ടെന്ന് പിന്നിൽ

നിന്നും മാടൻ അടിച്ച് താഴെയിട്ടു. പിന്നെ കണ്ണു തുറന്നിട്ടില്ല. പിറ്റെ ദിവസം ആശുപത്രിയിൽ കൊണ്ടുപോയി പോസ്റ്റുമോർട്ടം നടത്തി. ഡോക്ടറുടെ റിപ്പോർട്ടിൽ ഹൃദയസ്തംഭനം മൂലമുള്ള മരണമെന്നാണ് രേഖപ്പെടുത്തിയത്. "മാടൻ അടിച്ച കാര്യം വല്ലതും ഡോക്ടർക്ക് അറിയാമോ?" അയാൾ ഡോക്ടർക്കിട്ട് ഒരു കൊട്ടുകൊടുത്തുവെന്ന നാട്യത്തോടെ കുലുങ്ങിക്കുലുങ്ങി പരിഹാസരൂപേണ ചിരിച്ചു.

അനിൽകുമാറും സുനിൽകുമാറും സഹപാഠികൾ മാത്രമായിരുന്നില്ല ഉറ്റചങ്ങാതിമാരുമായിരുന്നു. ഇംഗ്ലീഷ്, കണക്ക് തുടങ്ങിയ വിഷയങ്ങൾ ഒന്നിച്ചിരുന്ന് പഠിച്ച് സംശയനിവൃത്തി വരുത്തും. പ്രൈമറി വിദ്യാഭ്യാസം പൂർത്തിയായപ്പോൾ ഉപരിപഠനത്തെപ്പറ്റി ആലോചിക്കുവാൻ അനിൽ സുനിലിന്റെ വീട്ടിൽ എത്തി. അനിൽ ഒരു പാവപ്പെട്ട കുടുംബത്തിലെ ഏകമകനാണ്. അച്ഛൻ ഒരു കൂലിവേലക്കാരനാണ്. സുനിലാകട്ടെ ആർഭാടജീവിതം നയിക്കുന്ന ഒരു ബാലൻ. അവന്റെ അച്ഛൻ ഒരു പരിശോധനാ ഉദ്യോഗസ്ഥൻ ആണ്. നല്ല വരുമാനമുള്ള ജോലിയാണെന്നാണ് വയ്പ്. രാത്രിയിലാണ് ജോലി. പകൽസമയം ഉറക്കവും ബാക്കിസമയം കറങ്ങി നടക്കലുമാണ്. ഗ്രാമവാസികളുമായി ഒട്ടുംതന്നെ അടുപ്പമില്ല.

സഹപാഠികൾ പഠിത്തകാര്യങ്ങളെപ്പറ്റി വളരെനേരം ചർച്ച ചെയ്തു. തിരിച്ചുപോകുന്നതിനുമുമ്പായി യാദൃച്ഛികമായി അനിലിന്റെ നോട്ടം തൊഴുത്തിലേക്കു പതിക്കാനിടയായി. അവൻ പിന്നെയും പിന്നെയും അങ്ങോട്ടു ദൃഷ്ടികൾ പായിച്ചു. അത്ഭുതം കൂറി ഇത് തന്റെ അമ്മുമോൾ ആണല്ലോ. അമ്മു എന്ന് അവൻ അറിയാതെ വിളിച്ചുപോയി. ആട്ടിൻകുട്ടി 'ഉംമേ' എന്ന് യജമാനനെ നോക്കി കരഞ്ഞു. അവൻ വീട്ടുകാരോട് ആട്ടിൻകുട്ടിയുടെ കാര്യം ആരാഞ്ഞു. അച്ഛൻ ചന്തയിൽ നിന്നും വാങ്ങിക്കൊണ്ടുവന്നതാണെന്ന് സുനിൽ പ്രതിവചിച്ചു. വിഷാദമഗ്നനായി അമ്മുവിനെ ഒന്നുകൂടി നോക്കിയിട്ട് കണ്ണുനീർ വാർത്തുകൊണ്ട് അനിൽ തിരിച്ചു പോന്നു. സഹപാഠികൾ തമ്മിലുള്ള ആത്മബന്ധത്തിന്റെ കെട്ടറുത്തു.

സുനിലിന്റെ പിതാവിനോട് ഭാര്യയും മകനും കാര്യങ്ങൾ വെളിപ്പെടുത്തി. അയാൾ ക്ഷോഭിച്ചു. അന്നുരാത്രിതന്നെ അമ്മുവിന്റെ കഴുത്തിൽ കത്തി വീണു. ആ വീട്ടിൽ രാത്രി ഭക്ഷണത്തിന്റെ വിഭവമായി മാറി.

വർഷങ്ങൾ ഏറെ കടന്നുപോയി. നാടിന്റെ മുഖഭാവം ആകെ മാറിക്കൊണ്ടിരുന്നു. ഒരുദിവസം അർധരാത്രി കഴിഞ്ഞു. നിശാദേവിയുടെ വാത്സല്യമായ തലോടൽകൊണ്ട് ഗ്രാമീണർ സുഖസുഷുപ്തിയിൽ ആണ്ടുകിടക്കുന്നു. അറുകൊലയുടെ അലർച്ച തുടർച്ചയായി കേട്ടു. കൂടാതെ മടൽകൊണ്ട് തറയിൽ അടിക്കുന്ന ശബ്ദവും. പെട്ടെന്ന് ശബ്ദം കേട്ട ഭാഗത്തേക്ക് ഏതാനും യുവാക്കൾ ടോർച്ച് ലൈറ്റടിച്ച് ഓടിക്കൂടി. മൂടിപ്പുതച്ച ഒരു പൈശാചിക രൂപം ഓടുന്നു. യുവാക്കൾ പിന്നാലെ ഓടി, പിടികൂടി 'വേണ്ടതു പോലെ കൈകാര്യം' ചെയ്തു. പിടിച്ചുകെട്ടി കാവലിരുന്നു. അറുകൊല ദീനശബ്ദത്തിൽ പറഞ്ഞു, "മറ്റു തൊഴിലൊന്നുമില്ലായിരുന്നതിനാൽ ജീവിക്കുവാൻ വേണ്ടി ഈ വേഷം കെട്ടിയതാണ്" നേരം പുലർന്നപ്പോൾ നാട്ടുകാർ ഓടിക്കൂടി. ഭയന്ന് ഒളിച്ചിരുന്ന പഴമ

ക്കാരോട് യുവാക്കൾ ചോദിച്ചു. "മരിച്ചവരെ അനുകരിക്കുന്നവരെ എന്തിനാണ് പേടിക്കുന്നത്?" മോഷണം സുഗമമായി നടത്തുന്നതിനുള്ള മാർഗമായിട്ടായിരുന്നു പരേതാത്മാവിന്റെ രൂപാന്തരമായ അറുകൊല എന്ന നാട്യത്തോടെയുള്ള അലർച്ചയും മറ്റും. അനിൽ ആയിരുന്നു യുവ സംഘത്തിന്റെ സംഘാടകൻ. അയാൾ അറുകൊലയെ സൂക്ഷിച്ച് നോക്കി. തന്റെ അമ്മുവിന്റെ അന്തകൻ ഉണ്ടക്കണ്ണൻ. പൊലീസിൽ വിവരമറിയിച്ചപ്പോൾ അറുകൊല എന്ന പ്രച്ഛന്ന വേഷധാരി പൊലീസ് കസ്റ്റഡിയിലായി. മോഷണക്കേസുകൾ ഒന്നൊന്നായി തെളിയിക്കപ്പെട്ട് ജയിൽ ശിക്ഷയ്ക്ക് വിധേയനായി.

കാലം പിന്നെയും മുന്നോട്ടുപോയതോടെ ഗ്രാമപ്രദേശങ്ങളിൽ പോലും വികസനപ്രവർത്തനങ്ങളുടെ മുന്നേറ്റം. വീതികുറഞ്ഞ ഇടവഴികൾ വലിയ ടാറിട്ട റോഡുകളായി. ഗതാഗത സൗകര്യം എവിടെയും വർധിച്ചുവന്നു. വഴിനീളെ രാത്രിമുഴുവൻ തെളിയുന്ന വൈദ്യുതവിളക്കുകൾ. സ്കൂളുകളും കോളേജുകളും പോലും കൈയെത്താവുന്ന ദൂരത്തിൽ. പഠിച്ചവർ സുലഭം. അറുകൊലയും മാടനും രാത്രികാലത്ത് അലറിക്കൊണ്ട് നടന്ന കാലം അന്യമായിരിക്കുന്നു. കുറെപ്പേരെയെങ്കിലും യുവാക്കൾ പിടികൂടി പൊലീസിലേൽപ്പിച്ചതിന്റെ പരിണതഫലമാണ്.

അനിൽകുമാർ ഇന്ന് നാട്ടിൽതന്നെയുള്ള ഒരു സ്കൂൾ അധ്യാപകൻ. സ്ഥലത്തെ സാമൂഹിക സാംസ്കാരിക പ്രവർത്തനങ്ങളുടെ സാരഥി. നാട്ടുകാരുടെ സഹായഹസ്തം. നാട്ടുകാർ സാർ എന്നു വിളിക്കും. ചിലരൊക്കെ മാസ്റ്റർ എന്നും വിളിക്കും. വേർപിരിഞ്ഞ തന്റെ പൂർവകാല സുഹൃത്ത് സുനിൽകുമാറിനെ അന്വേഷിച്ച് ഒരുദിവസം അയാളുടെ വീട്ടിൽപോയി. വടി ഇടിച്ച് വിറച്ചു വിറച്ച് നടക്കുന്ന ഒരു വൃദ്ധനെയാണ് ആദ്യം കണ്ടത്. അനിൽ അത്ഭുതപരതന്ത്രനായി. താനുൾപ്പെടെയുള്ള യുവാക്കൾ ഒരിക്കൽ കൈകാര്യം ചെയ്തുവിട്ട ഉണ്ടക്കണ്ണൻ അറുകൊല അമ്മാവൻ. അറച്ചറച്ച് അനിൽ ചോദിച്ചു 'സുനിലിന്റെ വീടുതന്നെയല്ലേ?' 'അതെ' എന്ന മറുപടി. 'എന്റെ മകനാണ്. വീട്ടിൽനിന്നും പുറപ്പെട്ടു പോയിട്ട് വളരെ വർഷങ്ങളായി. എവിടെയാണെന്ന് അറിഞ്ഞുകൂടാ' അവർ അന്യോന്യം സംശയദൃഷ്ടിയോടെ നോക്കി. അനിൽ തിടുക്കത്തിൽ തിരിച്ചുപോന്നു. പിന്നീട് സുനിലിന്റെ കാര്യം യാതൊന്നും അറിഞ്ഞിട്ടില്ല.

അനിൽ വീണ്ടും തന്റെ ചിന്താമണ്ഡലത്തിലേക്ക് തിരിച്ചുവന്നു. 'താൻ പലവട്ടം ചോദിക്കാൻ ആഗ്രഹിച്ചതാണ്. തന്റെ ക്ലാസിൽ ഒരേ ബഞ്ചിലിരുന്ന് പഠിച്ച് ഒന്നിച്ച് ഗൃഹപാഠം ചെയ്തുവന്ന സുനിൽ തന്നെയല്ലേ ഇന്നുകണ്ട സുനിൽ പ്രേംരാജ്. ഏതായാലും ഒന്ന് അടുത്തുകണ്ട് സംസാരിക്കണം. എത്ര ഉന്നതനായ വ്യക്തിയാണെങ്കിലും സതീർഥ്യനെ വിസ്മരിക്കുമോ?

ഉറങ്ങാതെ അയാൾ നേരം വെളുപ്പിച്ചു. ഒരു കള്ളച്ചിരിയോടെ ഭാസ്കരൻ കിഴക്കൻ മലമുകളിൽനിന്ന് ഒളിഞ്ഞുനോക്കി ഒളിഞ്ഞുനോക്കി സാവകാശം പ്രകാശം ചൊരിഞ്ഞുകൊണ്ട് പൊന്തിവന്നു. ഗവ: ഗസ്റ്റ്

ഹൗസിൽ സുനിൽ പ്രേംരാജ് വിശ്രമിക്കുകയാണെന്ന് അറിയാം. പ്രഭാതകൃത്യങ്ങൾ കഴിഞ്ഞ് യാത്ര പുറപ്പെടുന്നതിന് മുമ്പ് അൽപ്പസമയം ആഗതർക്ക് മുഖാമുഖം പരിപാടിക്ക് സമയം അനുവദിച്ചിട്ടുണ്ട്. അനിൽ ഭയാശങ്കകളോടെയാണെങ്കിലും ഗസ്റ്റ് ഹൗസിലേക്ക് തിരിച്ചു. പണ്ട് കുചേലൻ സതീർഥ്യനായ ശ്രീകൃഷ്ണനെ കാണാൻ പോയ കഥ മനസിൽ ഉണർന്നു. അവൽപ്പൊതി കരുതിയിട്ടില്ലെങ്കിലും തന്റെ സതീർഥ്യൻ അതൊക്കെ ക്ഷമിക്കുമെന്നുറപ്പുണ്ട്. മാത്രവുമല്ല, താൻ ഒരു പ്രതിഫലവും ഇച്ഛിച്ചുപോകുകയല്ലല്ലോ. സൗഹാർദം ഒന്നു പുതുക്കണമെന്നുള്ള ആഗ്രഹം മാത്രം.

ചിന്തിച്ചു ചിന്തിച്ച് ഗസ്റ്റ്ഹൗസിനുസമീപം എത്തിയപ്പോൾ അവിടെ പൊലീസ് വ്യൂഹം, ഗസ്റ്റ് ഹൗസ് വളഞ്ഞിരിക്കുന്നു. അടുത്ത കണ്ട ഒരു വ്യക്തിയോട് കാര്യങ്ങൾ ആരാഞ്ഞു, കുപ്രസിദ്ധ മാഫിയാ തലവൻ പ്രേംരാജ് വേഷപ്രച്ഛന്നനായി ഗസ്റ്റ്ഹൗസിൽ തങ്ങിയിരിക്കുന്നു. രഹസ്യപ്പൊലീസ് മണത്തറിഞ്ഞ് വലയിലാക്കിയതാണ്. അനിൽ പകച്ചുപോയി. താൻ കാണുന്ന കാഴ്ച സത്യമോ മിഥ്യയോ എന്നറിയാതെ അത്ഭുതപരതന്ത്രനായി നിൽക്കെ പൊലീസ് അയാളെ വിലങ്ങുവച്ച് ഇറക്കിക്കൊണ്ടുവന്ന് ജീപ്പിലേക്കു കയറ്റുന്നു. അനിൽ അൽപ്പം മാറി മറഞ്ഞുനിന്ന് സംഭവം വീക്ഷിച്ചു. പ്രേംരാജ് അക്ഷോഭ്യനായി പൊലീസ് ജീപ്പിൽ കയറി യാത്രയായി.

അടുത്തുകണ്ട ആളിനോട് കൂടുതൽ വിവരങ്ങൾ ആരാഞ്ഞു. അയാൾ പരിഹാസത്തോടെ വിവരിക്കാൻ തുടങ്ങി. "സുനിൽ പ്രേംരാജ് കുപ്രസിദ്ധ മാഫിയ തലവനാണ്, സംസ്ഥാനത്തു നടക്കുന്ന എല്ലാ ഗുണ്ടാ പ്രവർത്തനങ്ങളും അയാളുടെ അറിവോടെയാണ്.

അധ്വാനിക്കാതെ, വിയർപ്പൊഴുക്കാതെ പണസമ്പാദനത്തിനുള്ള എളുപ്പമാർഗങ്ങളായ കള്ളക്കടത്ത്, വ്യാജമദ്യവിൽപ്പന, മയക്കുമരുന്നു വിൽപ്പന, ഗുണ്ടായിസം ഇവ അയാളുടെ വിരൽത്തുമ്പു ഞൊടിക്കുന്നതിനനുസരിച്ചാണ് നടന്നിരുന്നത്. വീട്ടുകാർക്കോ നാട്ടുകാർക്കോ അയാളെപ്പറ്റി യാതൊന്നും അറിവില്ല. പഠനം പകുതിവഴിക്ക് ഇട്ടിട്ടുപോയതാണ്. പണക്കാരുടെയും രാഷ്ട്രീയ നേതാക്കളുടെയും മേൽ അയാൾക്കു വലിയ സ്വാധീനമാണ്. സമൂഹത്തിൽ ഉന്നതമായ സ്ഥാനം. അങ്ങനെയാണ് അനിലിന്റെ സ്കൂളിലെ യോഗം ഉദ്ഘാടനം ചെയ്യുവാൻ ക്ഷണിച്ചതും എത്തിയതും.

പഴയ ചങ്ങാതി സുനിൽ തന്നെയാണ് ഇന്ന് സുനിൽ പ്രേംരാജ് എന്ന് അനിലിന് ബോധ്യപ്പെട്ടു. അയാളുടെ കണ്ണിൽനിന്നും ചൂടുള്ള ഏതാനും കണികകൾ അടർന്നു വീണു. പഴയ അറുകൊല അമ്മാവന്റെ വീരപുത്രന് ഇങ്ങനെ സംഭവിച്ചല്ലോ. 'അവനി വാഴ്‌വു കിനാവു കഷ്ടം!' അയാൾ ദീർഘനിശ്വാസത്തോടെ ആത്മഗതം എന്നപോലെ പറഞ്ഞുപോയി.

മോഹഭംഗം

തുരുമ്പുപിടിച്ച ഒരു ഇരുമ്പുപെട്ടിയും തൂക്കിപ്പിടിച്ച് മ്ലാനവദനനായി പടികയറിവന്ന മകനെ കണ്ട് പിതാവ് പരമേശ്വരൻ പിള്ള അന്ധാളിച്ചു പോയി. വന്നപാടെ പെട്ടി വലിച്ചെറിഞ്ഞിട്ട് വീർപ്പുമുട്ടി അടുക്കളയിൽ ചെന്ന് അമ്മയോടു പറഞ്ഞു: "കുറച്ചുവെള്ളം." പരിഭ്രമത്തോടുകൂടിയാണെങ്കിലും അമ്മ അതിവേഗം വെള്ളം പകർന്നുകൊടുത്തു. ഒറ്റവലിക്ക് വെള്ളം കുടിച്ചുതീർത്തു. എന്തോ പന്തികേടുണ്ടെന്നു മനസിലാക്കിയ മാതാപിതാക്കൾ പരസ്പരം നനഞ്ഞ കണ്ണുകളുമായി നോക്കി നിന്നു. ഒന്നും സംസാരിച്ചില്ല. അവൻ മുറിക്കകത്തു കയറി കതകടച്ചു കുറ്റിയിട്ടു.

അമിതമായ ആത്മവിശ്വാസത്തോടെയായിരുന്നു രാജു ഗൾഫിലേക്കു പോകാൻ വിമാനത്തിൽ കയറിയത്. ആദായമുള്ള പറമ്പിന്റെ ഒരു ഭാഗം പണയപ്പെടുത്തിയാണ് ഏജന്റിന് പറഞ്ഞ തുക ഒപ്പിച്ചുകൊടുത്തത്.

ആരുടെയും മുഖത്തുനോക്കാൻ രാജുവിന് ഇപ്പോൾ ധൈര്യമില്ല. തന്റെ ഒപ്പം കുട്ടിക്കളി നടത്താറുണ്ടായിരുന്ന സഹോദരിയോടുപോലും ഒന്നും പറയാനാവാത്ത അശക്തൻ. അലസിപ്പോയ ഒരു സ്വപ്നത്തിന്റെ ഉടമ.

2

അബുബേക്കർ വിശ്വസ്തനായ ഏജന്റാണ്. പലരേയും ഗൾഫിലേക്കയച്ച് ജോലി തരപ്പെടുത്തിയിട്ടുണ്ട്. അയാളുടെ വരുമാനത്തിന്റെ രഹസ്യം മറ്റൊന്നുമല്ല. ഇപ്പോൾ ഭാരിച്ച സ്വത്തിന്റെ ഉടമയാണ്. എല്ലാവരോടും സ്നേഹാദരപുരസരം പെരുമാറും.

ഒരുദിവസം അയാൾ പരമേശ്വരൻപിള്ളയെ സമീപിച്ച് ഒരു 'അമിട്ട്' പൊട്ടിച്ചു: "രാജുവിനെ ഇങ്ങനെ നിർത്തിയാൽ മതിയോ? അവന് തണ്ടും തടിയുമുണ്ട്, വിദ്യാഭ്യാസമുണ്ട്, അന്തസായി ജീവിക്കാനുള്ള സാഹചര്യം നാം ഒപ്പിച്ചുകൊടുക്കണം. ഈ വീട്ടിലെ ഏക ആൺതരിയാണ്. അവൻ പച്ചപിടിച്ചിട്ട് വേണം കുടുംബം നന്നാകാൻ. മൂത്തവളെ നമ്മുടെ അന്തസ്സനുസരിച്ച് ആരുടെയെങ്കിലും കൂടെ ഇറക്കിവിടണം. ഇക്കാലത്ത് സ്വർണത്തിനും മറ്റും എന്താ വില? തീരെ മോശമാകാനും പാടില്ലല്ലോ. അനുജത്തി പഠിക്കുകയല്ലേ? അവളെ ഉന്നത വിദ്യാഭ്യാസം ചെയ്യിക്കണം. പിള്ളേച്ചൻ ഒന്നു മനസുവച്ചാൽ എല്ലാത്തിനും പരിഹാരമുണ്ടാകും."

അബുബേക്കർ മണിമണിയായി പറഞ്ഞുകൊണ്ടിരുന്നു. ആരെയും വലയിൽ വീഴ്ത്തുവാൻ വാക്ചാതുര്യമുള്ളയാളാണ്. അയാൾ തുടർന്നു:

"ഇതിനൊക്കെ ഒറ്റ മാർഗമേയുള്ളൂ. രാജുവിനെ അക്കരയ്ക്കു വിടുക. ആദ്യം കുറച്ചു പണച്ചെലവുണ്ട്. പണംകൊണ്ട് എറിഞ്ഞാലേ പണം വീഴുകയുള്ളൂ." രണ്ടോ മൂന്നോ മാസത്തെ ശമ്പളത്തിനു തുല്യമായ തുക നേരത്തെ സംഘടിപ്പിക്കണം. ഒരുലക്ഷം രൂപയാണ് ഇപ്പോഴത്തെ കുറഞ്ഞ നിരക്ക്. വിമാനയാത്രക്കൂലി ഉൾപ്പെടെയാണ്. എന്റെ സ്വന്തം നിലയ്ക്ക് 20000/- രൂപ കുറയ്ക്കാം. പിള്ളേച്ചന്റെ കുടുംബത്തിനുവേണ്ടി ഇത്രയെങ്കിലും ചെയ്തില്ലെങ്കിൽ ഞാൻ നന്ദികെട്ടവനാണെന്ന് എന്റെ മനഃസാക്ഷി പറയും."

അന്നുരാത്രി പരമേശ്വരൻപിള്ളയും വീട്ടുകാരും വെറുതെയിരുന്നില്ല. വളരെ വേണ്ടപ്പെട്ടവരോട് കാര്യം ഉണർത്തിച്ചു. ക്ലേശിച്ചിട്ടാണെങ്കിലം തുക ഒപ്പിച്ചു.

നല്ല ദിവസം നോക്കി രാജുവിനെ അബുബേക്കറിന്റെ കൂടെ പറഞ്ഞയയ്ക്കാൻ തീരുമാനിച്ചു.

രാജുവിന്റെ അടുത്തുള്ള വീട്ടിലെ പാർവതി എന്ന കുട്ടിയോടു യാത്ര പറയുവാൻ അയാൾ മറന്നില്ല. താൻ പഠിച്ച ക്ലാസിന്റെ താഴെയുള്ള ക്ലാസിലാണ് അവൾ പഠിച്ചത്. കുഴഞ്ഞുമറിഞ്ഞ പല ചോദ്യങ്ങൾക്കും പരിഹാരമുണ്ടാക്കുന്നത് രാജുവായിരുന്നു. അവൾക്ക് പല കാര്യങ്ങൾക്കും അയാൾ സഹായിയായിരുന്നു. മടിച്ചുമടിച്ചാണെങ്കിലും അയാൾ അവളോടു യാത്ര പറഞ്ഞു. പിരിയാൻ നേരത്ത് അവൾ വിങ്ങിവിങ്ങി പറഞ്ഞു: "ഒന്നും തന്നയയ്ക്കാൻ എനിക്കാവില്ല. എങ്കിലും ഇതിരിക്കട്ടെ." ഒരു ചെറിയ മോതിരം തന്റെ അണിവിരലിൽനിന്നും ഊരി ആരും കാണുന്നില്ലെന്ന് ഉറപ്പുവരുത്തി അയാളുടെ ചെറുവിരലിൽ അണിയിച്ചു. നന്മനേർന്നുകൊണ്ട് യാത്രയാക്കി.

അബുബേക്കറും രാജുവും മുംബൈയിലേക്കാണ് പോയത്. വിമാനടിക്കറ്റ് നേരത്തെ സംഘടിപ്പിച്ചിരുന്നതിനാൽ യാത്രയ്ക്കു തടസമുണ്ടായില്ല. യാത്രയാക്കാൻ കുടുംബാംഗങ്ങൾ മാത്രമല്ല ബന്ധുക്കളും രാജുവിന്റെ സുഹൃത്തുക്കളും ഉൾപ്പെടെ ഒരു 'പട' തന്നെ എത്തിയിരുന്നു. രാജുവിന് കൊടുത്തയയ്ക്കാൻ ധാരാളം വിഭവങ്ങൾ വീട്ടുകാർ ഒരുക്കിയിരുന്നു.

ആകാശം പ്രസന്നമായിരുന്നു. കാറ്റുംകോളുമില്ലാത്ത തെളിഞ്ഞ അന്തരീക്ഷം. രാജുവിന്റെ വിമാനം മുംബൈയിലേക്ക് പറന്നുയർന്നു. അതോടെ അയാളുടെ ചിന്തകളും വിടർന്നു. "ബേക്കർക്കാ എത്ര നല്ല മനുഷ്യനാണ്, മനുഷ്യന്റെ ആഗ്രഹങ്ങളും പ്രയാസങ്ങളും കണ്ടറിഞ്ഞ് പ്രവർത്തിക്കുന്നവൻ. ആകാശത്തുകൂടി പറക്കണമെന്നത് തന്റെ ജീവിതത്തിലെ ഒരു സ്വപ്നമായിരുന്നു. അതിപ്പോൾ പൂവണിയുന്നു. രണ്ടുദിവസം കൊണ്ട് ട്രെയിനിൽ സഞ്ചരിച്ച് മുംബൈയിൽ എത്തിച്ചേരുന്നതിന് പകരം വിമാനത്തിൽ പറന്നെത്താൻ രണ്ടു മണിക്കൂർപോലും വേണ്ടിവരില്ല. ഭാഗ്യം തന്നെ."

വിമാനത്തിൽനിന്നും ഇറങ്ങി മുംബൈ നഗരത്തിന്റെ വിരിമാറിലൂടെ ഒരു വാനിൽ അവർ യാത്ര ചെയ്തു. നൂതനങ്ങളായ അത്ഭുതകാഴ്ചകൾ കണ്ടുകണ്ട് മുന്നോട്ട് ഒരു ഉല്ലാസയാത്ര.

രാജുവിനെ കൂടാതെ ഏതാനുംപേർ കൂടി അബുബേക്കർ മുഖേന മുംബൈയിലെത്തി. എല്ലാവരെയും ഒരു ലോഡ്ജിൽ ഒതുക്കി. അടുത്ത ദിവസം മുഖാമുഖം പരിപാടിക്ക് തയാറായിക്കൊള്ളണമെന്നുള്ള നിർദേശം കൊടുത്തു.

"മുഖാമുഖം നടത്തുന്നത് അറബി നേരിട്ടായിരിക്കും. കാര്യമായിട്ടൊന്നുമില്ല. ആളിനെ ഒന്നു കാണണം. സർട്ടിഫിക്കറ്റുകൾ പരിശോധിക്കണം. കിട്ടാനുള്ള തുക രൊക്കം കിട്ടണം. അറബിയുടെ സഹായിയായി നമ്മുടെ നാട്ടുകാരൻ തന്നെ ഒരാളുണ്ട്. ഭാഷ കൈകാര്യം ചെയ്യുന്നത് അയാളാണ്. അറബിയുടെ നിർദേശമനുസരിച്ചുള്ള തുക അയാളാണ് വാങ്ങുന്നത്. തുക വാങ്ങിയാൽ ജോലി ഉറപ്പാക്കാം." അബുബേക്കറുടെ വിശദീകരണത്തിൽ ആർക്കും സംശയം ഉണ്ടായില്ല.

ആട്ടിൻകൂട്ടത്തെ തെളിക്കുന്ന ഇടയനെപോലെ പിറ്റേദിവസം രാവിലെ 8 മണിക്കുതന്നെ അബുബേക്കർ ആഗതനായി ഉദ്യോഗാർഥികളെ അറബിയുടെ മുന്നിലേക്ക് ആനയിച്ചു. അവർ ആത്മവിശ്വാസത്തോടെ ഏജന്റിന്റെ നിർദേശം അപ്പാടെ അംഗീകരിച്ചു.

അറബിയും സഹായിയും ഓരോരുത്തരെയായി വിളിച്ച് സർട്ടിഫിക്കറ്റുകൾ പരിശോധിച്ചു. അറബി 'കൊള്ളാം' എന്ന അർഥത്തിൽ എന്തോ പറഞ്ഞ് തുക സഹായിയെകൊണ്ട് വാങ്ങിപ്പിച്ചിട്ട് ഓരോരുത്തരെയും പുറത്തേക്ക് പറഞ്ഞുവിട്ടു. മുഖാമുഖം അവസാനിപ്പിച്ച് അവർ സ്ഥലം വിട്ടു.

സായാഹ്നമായി അബുബേക്കർ ഓടിക്കിതച്ച് അവരുടെ സമീപത്തു വന്നു. ഉന്മേഷവാനായിട്ടല്ല വരവ്. മുഖത്ത് കദനഭാവം. കഷ്ടിച്ച് പറഞ്ഞൊപ്പിച്ചു. "നാം വിചാരിച്ചതുപോലെയല്ല കാര്യങ്ങളുടെ കിടപ്പ്. ജോലിയുണ്ടെന്ന് പറയുന്നത് ഇപ്പോൾ ഇറാഖിലാണ്. അവിടെ അമേരിക്കൻ പട്ടാളവും ഇറാഖികളും തമ്മിൽ പോരാട്ടമാണ്. വികസനപ്രവർത്തനങ്ങൾക്ക് ഇന്ത്യക്കാരെ കൊണ്ടുപോയി കഠിനാധ്വാനം ചെയ്യിക്കുകയാണ്. ചിലപ്പോൾ ജീവൻതന്നെ അപകടത്തിലാണ്. നിങ്ങൾ തൽക്കാലം

ലോഡ്ജിലേക്കുതന്നെ പോകണം. ഞാൻ വേണ്ടതുപോലെ അന്വേഷിച്ചിട്ടു പിന്നാലെ വന്നുകൊള്ളാം."

അനിഷ്ടകരമായ സംഭവങ്ങളുടെ ആവിർഭാവത്തിൽ അവർക്ക് അങ്കലാപ്പ്, ഭയാശങ്കകൾ ഭീമാകാരം പൂണ്ട് അവരുടെ മുമ്പിൽ പൊന്തിവരുന്നു. എങ്കിലും പ്രതീക്ഷയുടെ നേരിയ കിരണങ്ങൾ അവരെ വിട്ടുപിരിഞ്ഞില്ല. വിമ്മിട്ടം ഉള്ളിലൊതുക്കി അവർ താമസസ്ഥലത്തേക്കു പോയി.

അവരുടെ തലയിൽ വെള്ളിടി പൊട്ടി. പ്രതീക്ഷ വെറും മരീചികയായി. ആശ്വാസമേകേണ്ട അബുബേക്കർ മുങ്ങിക്കളഞ്ഞു. അയാളെയും അറബിയെയും സഹായിയെയും അന്വേഷിച്ചെങ്കിലും കണ്ടെത്താനായില്ല. അവർ ചെറിയ ചെറിയ ഗ്രൂപ്പുകളായി തിരിഞ്ഞ് മുംബൈ നഗരം അരിച്ചുപെറുക്കി. നിഷ്ഫലമെങ്കിലും ശ്രമം തുടർന്നുകൊണ്ടേയിരുന്നു. ഭാഷ വശമില്ല. സ്ഥലപരിചയം അന്യം. ലോഡ്ജ് ഉടമയെ വിവരം ധരിപ്പിച്ചെങ്കിലും അവിടെ ഇതൊക്കെ സാധാരണമാണെന്ന മട്ടിൽ അയാൾ കൈയൊഴിഞ്ഞു. മാത്രവുമല്ല താമസം ഭക്ഷണം ഇനത്തിൽ കുടിശ്ശിക ഉടൻ അടച്ചില്ലെങ്കിൽ ലോഡ്ജിൽനിന്നും ഒഴിഞ്ഞുപോകണമെന്നും കൽപ്പിച്ചു. അവർ ഒറ്റയ്ക്കൊറ്റയ്ക്ക് ലോഡ്ജിൽനിന്നും ഒഴിഞ്ഞുപോയി. അന്വേഷണം വഴിമുട്ടി. ചിലരൊക്കെ റയിൽവേസ്റ്റേഷനിലും മറ്റുചിലർ ബസ് സ്റ്റാന്റിലും ചുരുക്കം ചിലർ ബന്ധുക്കളുടെ വീടുകളിലും ഒക്കെയായി ഏതാനും ദിവസം കഴിഞ്ഞു. ഭക്ഷണം കഴിക്കാൻ പോലും നിവൃത്തിയില്ലാതെ കള്ളവണ്ടി കയറിയവരും ഉണ്ട്.

രാജു റയിൽവേ സ്റ്റേഷനു സമീപം ഒരു ഒഴിഞ്ഞ കോണിൽ ഒതുങ്ങിക്കൂടി. രാത്രിയിൽ ഉറക്കമില്ല. മയക്കം മാത്രം. സ്വപ്നം കാണുകയാണ്. "എങ്ങനെ നാട്ടിലേക്ക് തിരിച്ചുപോകും. ആളുകളോട് എന്തു സമാധാനം പറയും? സഹോദരങ്ങൾക്കുകൂടി അവകാശപ്പെട്ട വസ്തു പണയപ്പെടുത്തിയാണ് അറബിക്കു കൊടുക്കാൻ തുക സംഘടിപ്പിച്ചത്. എല്ലാം നഷ്ടപ്പെട്ട് ആത്മഹത്യയെക്കുറിച്ചാണ് ആദ്യം ഓർത്തത്. അപ്പോൾ സാന്ത്വനമായി പാർവതിയുടെ മുഖം നേരിൽ കാണുന്നു. അവൾ പറയുന്നു:

'ആത്മഹത്യ ഒന്നിനും പരിഹാരമല്ല, അത് ഭീരുക്കളുടെ തുറുപ്പുചീട്ടാണ്. നാട്ടിലേക്ക് തിരിച്ചുപോരണം. എല്ലാത്തിനും പരിഹാരമുണ്ടാകും.' അവൾ കൂട്ടിച്ചേർത്തു.

'യാത്രാചെലവിനുള്ള പണമെവിടെ'? അയാൾ തന്നോട് തന്നെ ചോദിച്ചു. പെട്ടെന്ന് ഓർക്കാപ്പുറത്ത് അയാൾ ചെറുവിരലിലേക്ക് നോക്കാനിടയായി. പാർവതി സമ്മാനിച്ച സ്വർണമോതിരം ചെറുവിരലിൽ തിളങ്ങുന്നു. അതു വിൽക്കുക. നാട്ടിൽ എത്താനുള്ള തുക ലഭിക്കും. 'അതു വേണോ?' മനസിൽ ആശയസംഘട്ടനം. 'അതുവേണം' "ആപത്ഘട്ടത്തിൽ പ്രയോജനപ്പെടുത്താനുള്ളതാണ് ആ സ്വർണമോതിരം." അത് പറഞ്ഞത് പാർവതിയാണ്, തന്റെ ഉള്ളിന്റെ ഉള്ളിൽ കയറിയിരുന്നുകൊണ്ട്.

അവസാനം പാർവതി തന്നെ ജയിച്ചു. നാട്ടിലേക്കു മടങ്ങുവാൻ തീരുമാനിച്ചു. കുറച്ചുനാൾ അജ്ഞാതവാസം വേണ്ടിവരും.

മോതിരം ഊരി വിറ്റു. ലോഡ്ജിലെ വാടക ഉൾപ്പെടെ വ്യക്തിപരമായി വരുത്തിയ കടം വീട്ടി. റയിൽവേ ടിക്കറ്റെടുത്ത് നാട്ടിലേക്ക് മടങ്ങി.

രാജു മടങ്ങിയ വിവരം നാട്ടിൽ ചിലരൊക്കെയെങ്കിലും അറിഞ്ഞുതുടങ്ങി. അയാളുടെ ഒളിവുജീവിതം തുടരവേ നാട്ടിൽ അബുബേക്കറുടെ വീട്ടിപടിക്കൽ ആൾക്കൂട്ടം. ഗൾഫ് ജോലി വാഗ്ദാനം ചെയ്ത് കബളിപ്പിക്കപ്പെട്ട ചെറുപ്പക്കാരും കുടുംബാംഗങ്ങളും ഒത്തുകൂടി പൊലീസിന്റെ ഒത്താശയോടെ അവിടെ തമ്പടിച്ചു. എങ്ങനെയോ അബുബേക്കറെ പിടികൂടി കൈകാര്യം ചെയ്തു. പൊലീസിന്റെയും നാട്ടുകാരുടെയും സാന്നിധ്യത്തിൽ ഒത്തുതീർപ്പുണ്ടാക്കി. അയാൾക്കു വിഹിതമായി കിട്ടിയ പാതിസംഖ്യ ഉടൻ മടക്കിക്കൊടുക്കാമെന്നും ബാക്കി അറബിയുടെ സഹായിയുടെ സഹായത്തോടെ കിട്ടുന്ന തുക എല്ലാവർക്കുമായി വീതിച്ചു കൊടുക്കാമെന്നും ഉറപ്പാക്കി. തൽക്കാലം എല്ലാവരും പിരിഞ്ഞു. “ഇറാഖിലേക്കു കൊണ്ടുപോയിരുന്നെങ്കിൽ തിരിച്ചുവരാനേ കഴിയുമായിരുന്നില്ല.” അബുബേക്കറുടെ പ്രഖ്യാപനം എല്ലാവർക്കും ആശ്വാസമായി.

രാജു കിട്ടിയ തുകയുംകൊണ്ട് പാർവതിയുടെ വീട്ടിലേക്കാണ് ആദ്യം പോയത്. മടിച്ചുമടിച്ചാണെങ്കിലും പാർവതിയോട് എല്ലാ വിവരങ്ങളും പറഞ്ഞു. മോതിരത്തിന്റെ വില എടുത്തിട്ട് ബാക്കി തുക തിരികെ നൽകിയാൽ മതിയെന്നു പറഞ്ഞു. പാർവതിയുടെ മറുപടി ചിരിച്ചുകൊണ്ടായിരുന്നു.

“എല്ലാ വിവരവും ഞാൻ അച്ഛനോടു പറഞ്ഞിട്ടുണ്ട്. ഈ തുക അച്ഛനെ ഏൽപ്പിക്കാം. അച്ഛന്റെ ബിസിനസിൽ ഒരു പങ്കാളിയെ ആവശ്യമുണ്ട്. അത് രാജുവായാൽ ഏറെ നന്ന്” എന്ന് അച്ഛൻ പറഞ്ഞിട്ടുണ്ട്. “രാജു വീട്ടിൽപോയി എല്ലാവരേയും ആശ്വസിപ്പിച്ചിട്ട് പുതിയ ജോലിയിൽ പ്രവേശിക്കുവാൻ തയാറായി ഒരു നല്ല ദിവസം നോക്കി പോരുക.”

ആദ്യം അവിശ്വസനീയമായി തോന്നിയെങ്കിലും ചിന്തിച്ച് രാജു അനുകൂലമായ തീരുമാനമെടുത്തു. ആത്മവിശ്വാസത്തോടെ ഉത്സാഹഭരിതനായി പ്രസന്നവദനനായി വീട്ടിലേക്കു മടങ്ങി. കവിളത്ത് അരുണിമശോഭ പടർത്തി മന്ദഹാസം ചൊരിഞ്ഞുകൊണ്ട് പാർവതി അടുക്കളയിലേക്കും പോയി.

ദുർവിധി

പടിപ്പുര കടന്ന് നാലുകെട്ടിന്റെ നടുമുറ്റത്തെത്തിയപ്പോൾ ആരെയും കാണാനില്ല. ഒരു ശ്മശാന മൂകത. പഴയ നാലുകെട്ടിന് വലിയ മാറ്റമില്ല. ചില്ലറ അറ്റകുറ്റപ്പണികൾ ചെയ്തിട്ടുണ്ട്. പണ്ടുണ്ടായിരുന്ന വിറകുപുരയും നെല്ലുകുത്തു പുരയും അപ്രത്യക്ഷമായിരിക്കുന്നു.

അകത്തളത്തിലേക്ക് കയറിയ ആഗതനെ അപരിചിതനെപ്പോലെയാണ് വീട്ടുകാർ വീക്ഷിച്ചത്. ഒരു വയോവൃദ്ധൻ ഇറങ്ങിവന്ന് ചോദിച്ചു:

"ആരാ, എവിടുന്നാ?"

"കേശവപുരത്തെ കേശവൻകുട്ടിയാ" ആഗതൻ അറിയിച്ചു.

"കേശവൻകുട്ടിയോ, ഇരിക്ക്" വീട്ടുടമസ്ഥനായ വൃദ്ധൻ പറഞ്ഞു. പണ്ടൊക്കെ താൻ ഇവിടെ വരുമ്പോൾ അങ്ങനെ ചോദിക്കേണ്ട കാര്യമില്ലായിരുന്നു. എല്ലാവരും അടുത്ത പരിചയക്കാർ. അധികാരഭാവത്തോടെ ചാടിക്കയറി ഇരിക്കുമായിരുന്നു. ഇപ്പോൾ അവിടെ ആകെ ഒരു മൂകത. മിതമായ സംഭാഷണം. എല്ലാവർക്കും മൗനം.

വൃദ്ധൻ വീടിന്റെ ഒരുഭാഗത്തേക്ക് കേശവൻകുട്ടിയെ കൂട്ടിക്കൊണ്ടുപോയി. ഒരു മുറിയുടെ ചാരിയിരുന്ന വാതിൽപ്പാളി തുറന്നു. അതിൽ ഒരു സ്ത്രീരൂപം. ഒരു എല്ലിൻകൂട് ഒടിഞ്ഞുമടങ്ങി കൂനിക്കൂടി ഒതുങ്ങിയിരിക്കുന്നു. ശോകാർദ്രമായ ജീവസുറ്റ കുഴിഞ്ഞ കണ്ണുകൾ. അയാൾ വിക്കി വിക്കി പറഞ്ഞു: "നോക്കൂ പഴയ കൂട്ടുകാരി സുശീല" കേശവൻകുട്ടി വിങ്ങിപ്പൊട്ടി. അധികസമയം നോക്കിനിൽക്കാൻ കഴിഞ്ഞില്ല.

കേശവൻകുട്ടി പിൻവാങ്ങി, ചിന്താഭാരംകൊണ്ട് തല താനേ താണുപോയി. വിദൂരമായ കാലത്തെ ഓർമകളാണ് മനസിൽ താളമടിച്ചുയർന്നത്.

കോളേജ് വിദ്യാഭ്യാസകാലം. കോളേജ് പ്രവേശനത്തിനുവേണ്ടി നിരവധി അപേക്ഷകർ തിരക്കുകൂട്ടുന്ന സമയം. കേശവൻകുട്ടിയും ഒര

പേക്ഷകനാണ്. ഒരു വ്യക്തിയുടെ വളർച്ചയുടെ അടിസ്ഥാനമിടുന്നത് കലാലയപഠനവേളയിലാണ്. ശോഭനമായ ഒരു ഭാവിയെ സ്വപ്നം കണ്ടാണ് എല്ലാവരും കോളേജ് പ്രവേശനത്തിനുവേണ്ടി പെടാപ്പാടു പെടുന്നത്.

കോളേജ് വിദ്യാഭ്യാസം വരേണ്യവിഭാഗത്തിനു മാത്രം പറഞ്ഞിട്ടുള്ളതാണ്. കേശവൻകുട്ടിയെപ്പോലുള്ള പാവങ്ങൾക്ക് സ്വപ്നം കാണുവാൻപോലും പറ്റാത്ത കാര്യം. ചാണകം വാരാനും നിലം ഉഴാനും ചുമടെടുക്കാനും കൂലിവേല ചെയ്യാനും വിധിക്കപ്പെട്ടവർ. സാമ്പത്തിക പ്രശ്നം തന്നെയായിരുന്നു ഏറ്റവും വലിയ വിലങ്ങുതടി. എങ്കിലും ആത്മവിശ്വാസം അയാളുടെ തുണയ്ക്കെത്തി.

ആ നാട്ടിൽ സർക്കാർ ഉദ്യോഗസ്ഥർ വിരളമാണ്. എടുത്തുപറയത്തക്ക ഒരാളുണ്ട്. വില്ലേജ് ഓഫീസർ പത്മനാഭപിള്ള. അധികാരത്തിന്റെ ചെങ്കോൽ കൈയിലുണ്ടെന്നു മാത്രമല്ല കുടുംബമഹിമയിലും സമ്പത്തിന്റെ കാര്യത്തിലും ഉന്നതനിലയിൽ സ്ഥാനം ഉറപ്പിച്ചിട്ടുള്ള മാന്യദേഹം. അദ്ദേഹത്തിന്റെ ഏകമകൾ സുശീലയും അപേക്ഷകയായിരുന്നു. പ്രവേശനത്തിനുള്ള കൂടിക്കാഴ്ചയിൽ അവളും കോളേജിൽ എത്തുകയുണ്ടായി.

ഒരേ നാട്ടുകാരായ സുശീലയ്ക്കും കേശവൻകുട്ടിക്കും ഒരേ ഗ്രൂപ്പിൽത്തന്നെയായിരുന്നു പ്രവേശനം ലഭിച്ചത്.

താമസിയാതെ സുശീല കോളേജിൽ അറിയപ്പെടുന്ന ഒരു കുട്ടിയായി. ആരെയും ഹഠാദാകർഷിക്കുന്ന സൗന്ദര്യം, കുലീനത്വം തുളുമ്പി നിൽക്കുന്ന മുഖഭാവം, കലാരംഗത്ത് ജ്യോതിഷ്മതി. സ്വർണത്തിന് പരിമളം കൂടിയായാൽ എന്താണവസ്ഥ? അവൾ കോളേജിൽ അധ്യാപകരുടെയും വിദ്യാർഥികളുടെയും കണ്ണിലുണ്ണി. കോളേജ് ബ്യൂട്ടി എന്ന അപരനാമത്തിലും അറിയാൻ തുടങ്ങി. അവളോട് കുശലം പറയാനും ഒരു നോക്കു കാണുവാനും പലരും ഉത്സാഹം കാണിച്ചു. പക്ഷേ അവൾ അതൊന്നും ശ്രദ്ധിക്കാറില്ല. സ്വപ്നങ്ങൾ മെതിച്ച് നടക്കുന്ന രാജകുമാരി.

കേശവൻകുട്ടി കോളേജിൽ ചേർന്ന് അധികം താമസിയാതെ ഒരു വിപ്ലവവിദ്യാർഥി സംഘടനയുടെ പ്രവർത്തകനായി. പഠനവും സംഘടനാ പ്രവർത്തനവും ഒരേ നാണയത്തിന്റെ രണ്ടുവശങ്ങളാണെന്ന് അയാൾ വിശ്വസിച്ചു.

പ്രസംഗത്തിന്റെ വാങ്മാധുരികൊണ്ട് കുട്ടികൾക്ക് വിശിഷ്യ പെൺകുട്ടികൾക്ക് അയാളോട് ആദരവ് തോന്നി. പ്രസംഗം മാത്രമല്ല, പ്രവർത്തിയിലും ഒരു തീവ്രത പ്രകടിപ്പിക്കുമായിരുന്നു. കൂട്ടുകാർ അയാൾക്ക് അപരനാമങ്ങൾ കോരിച്ചൊരിഞ്ഞു. തീപ്പൊരി, കാന്താരി, കാസ്ട്രോ ഇവയെല്ലാം അയാൾക്ക് ഇണങ്ങുന്ന പേരുകളായി.

വിപ്ലവസാഹിത്യം ധാരാളം വായിക്കാൻ തുടങ്ങി. സാമൂഹിക മാറ്റത്തിനുവേണ്ടി പോരാടാൻ മുന്നിട്ടിറങ്ങുമായിരുന്നു. പിന്നെപ്പിന്നെ അതിന്റെ സമുന്നത നേതാവുമായി. ആവേശകരമായ തീപ്പൊരി പ്രസംഗം

വിദ്യാർഥി വിദ്യാർഥിനികളെ വലയിൽ വീഴ്ത്തി. പ്രസംഗം കേൾക്കാൻ പെൺകുട്ടികൾ അടക്കം ധാരാളം പേർ ഒത്തുകൂടുമായിരുന്നു

ഒരേ നാട്ടുകാരാണെങ്കിലും കേശവൻകുട്ടിയും സുശീലയും അപൂർവമായേ സംസാരിക്കാറുള്ളൂ.

"പഠിത്തമൊക്കെ എങ്ങനെയുണ്ട്?"

"ഒരുവിധം" സുശീല പറയും.

അവളുടെ മുഖം തുടുക്കുന്നത് അയാൾ ഗൗനിക്കാറില്ല. കണ്ടു നിൽക്കുന്ന സതീർഥ്യർ അസൂയയോടെ ആ രംഗം വീക്ഷിക്കാറുണ്ട്.

സംഘടനാ പ്രവർത്തനത്തിന്റെ ഭാഗമായി അംഗങ്ങളെ ചേർക്കൽ, ഫണ്ട് പിരിവ്, യോഗം വിളിച്ചു കൂട്ടൽ തുടങ്ങിയ കാര്യങ്ങൾക്കായി കയറിയിറങ്ങുമ്പോഴും സുശീലയുമായി ബന്ധപ്പെടാറുണ്ട്.

"അവർ തമ്മിൽ പ്രേമമാണ്" അസൂയാലുക്കൾ കുശുകുശുക്കും. കേശവൻകുട്ടിയുടെ ശ്രദ്ധയിൽപ്പെടാറുണ്ട്. അയാൾ പറയും:

"ഒരു വിപ്ലവകാരിക്ക് പ്രേമം, കല്യാണം, കുടുംബജീവിതം എല്ലാം അന്യമാണ്."

സുശീലയുടെ മനസിലിരുപ്പ് ആർക്കും അറിഞ്ഞുകൂടാ.

ഡിഗ്രിതല പരീക്ഷയ്ക്കു സമയമായില്ല. അതിനിടയ്ക്ക് എല്ലാവരെയും ഞെട്ടിക്കുന്ന ആ വാർത്ത കേട്ടു. സുശീലയുടെ വിവാഹം നിശ്ചയിക്കപ്പെട്ടു. ആദ്യമൊന്നും ആരും വിശ്വസിച്ചില്ല. അവൾക്ക് അതിനോട് ഒട്ടും യോജിപ്പുണ്ടായിരുന്നില്ല.

"തൽക്കാലം വിവാഹം വേണ്ട, ഒരു ഡിഗ്രി എടുത്തിട്ട് ജോലി സമ്പാദിച്ചിട്ട് ആലോചിക്കാം." അമ്മയോട് അവൾ കെഞ്ചി പറഞ്ഞു.

പത്മനാഭപിള്ളയുടെ പ്രതികരണം നേരെ മറിച്ചായിരുന്നു.

"ഇക്കാലത്ത് ഒരു ഡിഗ്രി എടുത്തിട്ട് എന്തു നേടാനാണ്. ജീവിതകാലം മുഴുവൻ കഞ്ഞി കുടിക്കാൻ വകയുള്ള ഒരുത്തന്റെ കൂടെ അവളെ പറഞ്ഞയക്കണം. അതിനുള്ള അവസരം ഇപ്പോൾ ഒത്തുവന്നു. സ്ത്രീധനം പോലും ഒന്നും ആവശ്യപ്പെട്ടിട്ടില്ല." പത്മനാഭപിള്ളയുടെ സുഗ്രീവാജ്ഞയ്ക്കുമുമ്പിൽ അവൾക്ക് കീഴടങ്ങേണ്ടി വന്നു.

വില്ലേജ് ഓഫീസറായ പത്മനാഭപിള്ളയ്ക്ക് ഭാവി മരുമകന്റെ കുടുംബ സ്വത്തിനെപ്പറ്റിയാണ് കൂടുതൽ മതിപ്പുണ്ടായത്. നിലവും പുരയിടവും അതിന്റെ വിസ്തൃതിയും മനസിൽ അളന്നു തിട്ടപ്പെടുത്തി സംതൃപ്തനായി.

സുശീലയുടെ വിവാഹം കെങ്കേമമായി നടത്തി. കേശവൻകുട്ടിയും ഒരു ക്ഷണിതാവായി പങ്കെടുത്തു. മണവാളനും മണവാട്ടിയും കൂടി യാത്ര പുറപ്പെട്ടപ്പോൾ അയാൾ ഒഴിഞ്ഞ ഒരു കോണിൽനിന്ന് ദർശിച്ചു. കണ്ണുകൾ ഈറനണിഞ്ഞു. സുശീല കുടുകുടാ കണ്ണുനീർ വീഴ്ത്തിക്കൊണ്ടാണ് യാത്രയായത്.

കുട്ടപ്പൻ നായർ സമ്പന്നനായ ഒരു ജന്മിയുടെ ഏകമകനാണ്. സ്ഥലത്തെ കർഷകശ്രേഷ്ഠൻ. സ്വന്തമായി തോട്ടം വേറെയുണ്ട്. വിദ്യാഭ്യാസം

നാട്ടുനടപ്പിനു മാത്രം. കാഴ്ചയിൽ അത്ര പോരാ. സുശീലയുമായി താരതമ്യം ചെയ്യാവുന്ന തരത്തിലല്ല. പ്രഭാതമായാൽ വയലിലും അതിനുശേഷം പറമ്പിലും തോട്ടത്തിലുമൊക്കെയായി ഇരുട്ടുന്നതുവരെയും പണി എടുക്കുകയും പണി എടുപ്പിക്കുകയുമാണ് പതിവ്. മറ്റൊന്നും ആലോചിക്കാറില്ല. നാട്ടുകാർ പറയും ഒരു 'കിഴങ്ങൻ', രാത്രിയായാൽ വീട്ടിൽ വന്ന് കുളിച്ച്, അൽപ്പം പ്രാർഥനയും കഴിഞ്ഞ് മൂക്കുമുട്ടെ ആഹാരവും കഴിച്ച് പോത്തുപോലെ കിടന്നുറങ്ങും. കഠിനാധ്വാനം ചെയ്യുന്ന ഒരു ഗ്രാമീണ കർഷകൻ.

'പോത്ത്' എന്നത് കുട്ടപ്പൻ നായരുടെ ഇരട്ടപ്പേരാണ്. അതിന്റെ പിന്നിലും ഒരു കഥയുണ്ട്. ഒരിക്കൽ നിലം ഉഴുന്നതിനിടയിൽ ഒരു പോത്ത് അസുഖമായി വീണു. അയാൾ വിഷമിച്ചു. നിലമുഴുന്നതിന് മുടക്കം നേരിടുമല്ലോ. അയാൾക്ക് അത് സഹിക്കാവുന്നതിലപ്പുറമായിരുന്നു. നുകം അയാളുടെ കഴുത്തിൽ വച്ചുകെട്ടി പോത്തിന്റെ ജോടിയായി. കലപ്പ മുന്നോട്ടു വലിക്കപ്പെട്ടു. അങ്ങനെ പോത്ത് എന്ന പേര് മുദ്രണം ചെയ്യപ്പെട്ടു.

സുശീലയുടെ ദാമ്പത്യജീവിതം പരാജയമായിരുന്നു. ഭർത്താവ് അടുത്തു ചെല്ലുന്നതുതന്നെ അപൂർവം. സ്നേഹവാത്സല്യത്തോടെ സംസാരിക്കുകയോ ഇടപെടുകയോ ചെയ്യാറില്ല.

ഒരുദിവസം അവൾ പറഞ്ഞു: "നമുക്ക് വീട്ടിൽ ഒന്നു പോകണം. അമ്മയേയും അച്ഛനെയും കാണണം. രണ്ടുദിവസം അവിടെ താമസിച്ചിട്ട് തിരിച്ചുപോരാം."

"ഇവിടുത്തെ ജോലിയൊക്കെ പിന്നെ ആരുനോക്കാനാ, തൽക്കാലം നടപ്പില്ല."

മറ്റൊരിക്കൽ ഒരു സിനിമ കാണണമെന്ന് അവൾ ആഗ്രഹം പ്രകടിപ്പിച്ചു.

"അതൊക്കെ ഒരു ജോലിയുമില്ലാത്തവരുടെ പരിപാടിയാണ്. നമുക്ക് വീട്ടിൽ എന്തൊക്കെ ജോലി കിടക്കുന്നു." അയാൾ പ്രതിവചിച്ചു.

അവളുടെ ആഗ്രഹങ്ങളുടെ കൂമ്പടഞ്ഞു. പരിശുദ്ധയായ സീതാദേവി അനുഭവിച്ച ദുരിതങ്ങൾക്കു സമാനമായ കഷ്ടതകളാണ് അവളെ പിന്തുടർന്നുകൊണ്ടിരുന്നത്. ഒരു അടുക്കള ജോലിക്കാരി എന്നതിനപ്പുറം സുശീല ആ വീട്ടിൽ ആരുമായിരുന്നില്ല. ഒരു കാലത്ത് അവളുടെ കടാക്ഷത്തിനുവേണ്ടി, ഒരു പുഞ്ചിരിക്കുവേണ്ടി കോളേജ് കുമാരന്മാരും അധ്യാപകരും കാത്തിരുന്നിട്ടുണ്ട്. എല്ലാം തകർന്നടിഞ്ഞ കിനാക്കൾ മാത്രം.

സ്വന്തം വീട്ടിലേക്ക് വരാതായപ്പോൾ അമ്മയ്ക്ക് അടക്കാനാവാത്ത ദുഃഖം. പത്മനാഭപിള്ള സമാധാനിപ്പിച്ചു.

"അവൾക്ക് അവിടെ സുഖമായിരിക്കും. ഇങ്ങോട്ടുവരാൻപോലും തോന്നാത്തതായിരിക്കും."

വൈകിയാണെങ്കിലും മാതാപിതാക്കൾ മകളെ കാണാൻ യാത്ര തിരിച്ചു. നാട്ടുനടപ്പനുസരിച്ചുള്ള സജ്ജീകരണങ്ങളുമായിട്ടായിരുന്നു

യാത്ര. മുന്നറിയിപ്പില്ലാതെ ചെന്നതുകൊണ്ടാകാം മുൻവശത്ത് ആരെയും കണ്ടില്ല. അമ്മ നേരെ അടുക്കളയിലേക്കുചെന്നു. മകൾ ഓടിച്ചെന്ന് അമ്മയെ കെട്ടിപ്പിടിച്ച് ഏങ്ങലടിച്ചു കരഞ്ഞു. ഒരു അടുക്കളജോലിക്കാരിയുടെ വേഷത്തിൽ കീറിയതും മുഷിഞ്ഞതുമായ തുണിയുടുത്ത് കരുവാളിച്ച മുഖവുമായി തന്നെ പുണർന്നുനിന്ന മകളെ അധികസമയം കണ്ടുനിൽക്കുവാൻ ആ അമ്മ നന്നെ പണിപ്പെട്ടു. ഭർത്താവിനെക്കൂട്ടി തിരിച്ചു പോരുവാൻ ധൃതി കൂട്ടി. അദ്ദേഹമാകട്ടെ അവരെ ആശ്വസിപ്പിക്കാൻ ശ്രമിച്ചു.

"കുടുംബം ഭരിക്കുന്നവരുടെ വേഷം ഇങ്ങനെയൊക്കെത്തന്നെ."

അൽപ്പസമയംകൊണ്ട് ആ വീട്ടിലെ ചുറ്റുപാടും മകളുടെ ജീവിത സാഹചര്യങ്ങളും എല്ലാം ആ മാതാപിതാക്കൾ മനസിലാക്കി. ഒരു ജോലിക്കാരിയുടെ സ്ഥാനമാണ് മകൾക്ക്. സന്തോഷത്തോടെ മാതാപിതാക്കളുടെ ലാളനയേറ്റ് ആടിപ്പാടി നടന്ന മകൾ ഇപ്പോൾ വൈഷമ്യങ്ങളുടെ പടുകുഴിയിലേക്ക് വലിച്ചെറിയപ്പെട്ട് ഉഴലുകയാണെന്ന് അവർക്കു ബോധ്യമായി. വിങ്ങിപ്പൊട്ടി കണ്ണുനീർ പൊഴിച്ചുകൊണ്ട് പൊടുന്നനെ അവർ തിരിച്ചുപോന്നു.

സുശീലയുടെ ജോലിഭാരം വർധിച്ചുവന്നു. അടുക്കളപ്പണിക്കു പുറമെ പാടത്തും പറമ്പിലും പണി ചെയ്യേണ്ടിവന്നു. അവൾക്ക് പിടിച്ചുനിൽക്കാനാകാത്ത അവസ്ഥ. ഏറെ താമസിയാതെ അവളുടെ സമനില തെറ്റിത്തുടങ്ങി. പിച്ചും പേയും പറയുക, ആഹാരം വലിച്ചെറിയുക, ശകാര വർഷം ചൊരിയുക തുടങ്ങിയ അവലക്ഷണങ്ങൾ അസഹ്യമായപ്പോൾ വീട്ടുകാർ മുറുമുറുത്തു. കുട്ടപ്പൻനായർ അവളെയും കൂട്ടി അവളുടെ വീട്ടിൽ വന്നു. അവളെ അവിടെ ആക്കിയിട്ട് ഒന്നും സംസാരിക്കാതെ പെട്ടെന്നുതന്നെ അയാൾ തിരിച്ചുപോയി.

സുശീലയുടെ വീട്ടുകാർ വിദഗ്ധ ചികിത്സയ്ക്കുള്ള ഏർപ്പാടുകൾ ചെയ്തു. പക്ഷേ മാനസികാവസ്ഥയ്ക്ക് മാറ്റം കണ്ടില്ല. വീട്ടുകാർ അവളെ ഒരു ഇടുങ്ങിയ മുറിയിലാക്കി അടച്ചിട്ടു. വൃത്തിയുള്ള വസ്ത്രങ്ങൾ കൊടുത്താൽ അവ അഴിച്ച് ചുരുട്ടി വച്ച് മുറിയുടെ കോണിൽ പോയിരിക്കും. മിക്കവാറും മൗനമായിരിക്കും. ചിലപ്പോൾ പിറുപിറുക്കും. മരുന്നും ആഹാരവും കൊടുക്കാൻ മാത്രമേ മുറി തുറക്കുകയുള്ളൂ.

പിന്നെപ്പിന്നെ സ്വന്തം മാതാപിതാക്കൾപോലും അവളെ പരിചരിക്കുന്ന കാര്യത്തിൽ വേണ്ടത്ര പരിഗണന നൽകാതെയായി. കാര്യങ്ങൾ യാന്ത്രികമായ രീതിയിൽ മുന്നോട്ടു നീങ്ങിക്കൊണ്ടിരുന്നു. രോഗത്തിനു ശമനം കിട്ടുമെന്നുള്ള നേരിയ പ്രതീക്ഷപോലും അസ്തമിച്ചു.

വർഷങ്ങൾ ഇഴഞ്ഞിഴഞ്ഞു നീങ്ങി. ഇന്നു സുശീലയെ കണ്ടാൽ പഴയ പരിചയക്കാർപോലും തിരിച്ചറിയില്ല. ഒരു അസ്ഥിപഞ്ജരം. മുഖത്ത് രക്തപ്രവാഹമില്ല. കറുത്തുകരുവാളിച്ച് ദൈന്യത തോന്നുന്ന മുഖഭാവം, ജീവനില്ലാത്ത കണ്ണുകൾ, മോഹഭംഗം വിഴുങ്ങിയ ഒരു ജീവ

ച്ഛവം, നിദ്രാദേവി അവളുമായി പിണക്കത്തിലാണ്. രാത്രിയിൽ ചില മൂളിപ്പാട്ടുകൾ മുറിയിൽ നിന്നും കേൾക്കാം.

നിഷ്കളങ്കയായ ഒരു പെൺകുട്ടിയുടെ ദുർവിധിയോർത്ത് പരിതപിക്കുന്ന വീട്ടുകാർ. ഉഗ്രപ്രതാപശാലിയായിരുന്ന പത്മനാഭപിള്ളയുടെ ഇന്നത്തെ സ്ഥിതി ഓർത്ത് സഹതപിക്കുന്ന നാട്ടുകാർ.

കേശവൻകുട്ടി നാട്ടിൽ അറിയപ്പെടുന്ന അഡ്വക്കേറ്റാണ്. പൊലീസ് അയാളെ വെറുതെ വിടാറില്ല. തീവ്രവിപ്ലവകാരിയുടെ മുഖംമൂടി അണിഞ്ഞു നടക്കുന്നയാൾ എന്നാരോപിച്ച് രണ്ടുതവണ പൊലീസ് അറസ്റ്റുചെയ്തു. വിചാരണത്തടവുകാരനായി ജയിലിൽ കിടന്നു. കുറ്റം എന്താണെന്ന് തെളിയിക്കാൻ സാധിച്ചില്ല. അതിനുശേഷം വിട്ടയച്ചു. ദുഷിച്ചു നാറിയ സാമൂഹികവ്യവസ്ഥയ്ക്കെതിരെ എന്നും പോരാടുന്ന ഒരു വിപ്ലവകാരി.

ധീരവിപ്ലവകാരിയായ കേശവൻകുട്ടി ഒരു ഭീരുവായി മാറി. കണ്ഠമിടറി. വില്ലേജ് ഓഫീസറായിരുന്ന പത്മനാഭപിള്ളയുടെ രഹസ്യങ്ങൾ മൂടിക്കെട്ടി കിടക്കുന്ന നാലുകെട്ട് ചോർന്നൊലിക്കുന്നു. ആരോടും യാത്ര പറയാതെ നിശ്ശബ്ദനായി കേശവൻകുട്ടി പടിപ്പുര കടന്നുപോയി.

സ്ഥലംമാറ്റം

കോപിഷ്ഠനായ കമീഷണർ, ശിപായിയെ വിട്ട് ഗോപിയെ വിളിപ്പിച്ചു. അദ്ദേഹം വകുപ്പുതലവനാണ്. മുഖം ചുവന്നിരിക്കുന്നു. മീശ വിറയ്ക്കുന്നു. കണ്ണുകളിൽനിന്നും തീപ്പൊരി പാറുകയാണ്. അദ്ദേഹം ആക്രോശിച്ചു:

"കേരളത്തിൽ വേറെയും സ്ഥലങ്ങളുണ്ട്. തൽക്കാലം ഒരു സ്ഥലം മാറ്റം മാത്രം. ധിക്കാരം ആവർത്തിച്ചാൽ വീട്ടിൽപോയി ഇരിക്കേണ്ടിവരും. അതുമല്ലെങ്കിൽ ജയിലിൽ അഴിയെണ്ണി കിടക്കേണ്ടി വരും. പെൺകുട്ടികളുടെ മനഃസമാധാനം കെടുത്തുന്ന പ്രവൃത്തി ഒരിക്കലും അംഗീകരിക്കപ്പെടുകയില്ല. നിങ്ങളുടെ തോന്ന്യവാസങ്ങൾക്ക് പരമാവധി ശിക്ഷ ഉറപ്പാക്കിക്കൊള്ളണം."

ക്രുദ്ധനായ കമീഷണർ ഒരു കടലാസ് കൈയിൽ കൊടുത്തു. മറ്റൊരു കോപ്പിയിൽ ഒപ്പിടുവിച്ചു.

ഗോപി നേരെ സെക്ഷനിൽചെന്ന് സ്വന്തം കസേരയിലിരുന്ന് ഉത്തരവ് വായിച്ചു. ഞെട്ടിയില്ല, പതറിയില്ല, പരിഭ്രമിച്ചില്ല. ഒരു നിരപരാധിയുടെ മുഖഭാവം. സഹപ്രവർത്തകർ കാര്യം ആരാഞ്ഞു. സൗമ്യനായി പറഞ്ഞു:

"ഓ, ഒരു ചെറിയ സ്ഥലംമാറ്റം. പാലക്കാട്ടേക്ക്."

കേട്ടിരുന്നവർ ഞെട്ടിപ്പോയി. ഒരാൾ ഒഴികെ. ഒരു പെൺകുട്ടി. തല കുനിച്ചിരിക്കുകയാണ്. വിജയഭാവത്തിലാണ് ഇരുപ്പ്. അൽപ്പം ഗൗരവം മുഖത്ത് പ്രതിഫലിക്കുന്നുണ്ട്.

കമീഷണർ ഓഫീസിലെ പബ്ലിക്കേഷൻ സെക്ഷനിൽ ആകെ ആറ് പേരാണ് ജോലി ചെയ്യുന്നത്. ഒരാൾ സൂപ്രണ്ടും മറ്റുള്ളവർ ഗുമസ്തന്മാരും. ഗോപിയും ശ്യാമളയും അധോമണ്ഡലം ഗുമസ്തരാണ്. ഏതാണ്ട് ഒരേ കാലത്ത് ജോലിയിൽ പ്രവേശിച്ചവർ. വിദൂരസ്ഥലങ്ങളിൽനിന്ന് എത്തിച്ചേർന്നവർ. ഗോപി ഒരു ലോഡ്ജിൽ മുറിയെടുത്തു താമസിക്കുന്നു. ശ്യാമള വനിതാ ഹോസ്റ്റലിൽ അന്തേവാസിയായി.

ഗോപി വാചാലനാണ്. സെക്ഷനിൽ അടങ്ങി ഒതുങ്ങി ഇരുന്ന് ജോലി ചെയ്യാറില്ല. പക്ഷേ, കുടിശ്ശികയിടാതെ എല്ലാ ജോലിയും സമയം കണ്ടെത്തി ചെയ്തുതീർക്കും. എല്ലാവർക്കും ഉപകാരി. മറ്റുള്ളവർക്കു വേണ്ടി എന്തും ചെയ്യും. സഹപ്രവർത്തകരെ പരിഹസിക്കുന്ന ഒരു പ്രവണത ഉണ്ട്. അതിന്റെ പേരിൽ ചിലരൊക്കെ നീരസം പ്രകടിപ്പിച്ചിട്ടുമുണ്ട്.

ഒരു സ്ഥലംമാറ്റം അത്ര നിസ്സാരകാര്യമല്ല. അതും വിദൂരമായ പാലക്കാട്ടേക്ക്. അസഹ്യമായ ചൂടും ഉഷ്ണക്കാറ്റും എന്നു കേട്ടിട്ടുണ്ട്. അനുഭവിച്ചിട്ടില്ല. മോശമായ കാലാവസ്ഥ, സഹിച്ചല്ലേ പറ്റൂ.

കട്ടിലും മെത്തയും മറ്റും പെറുക്കി കെട്ടിയെടുത്ത് ട്രെയിനിലും ബസിലും ഒക്കെയായി ഏറെദൂരം യാത്ര ചെയ്യുക ദുഷ്കരം തന്നെ. ആരോ പറഞ്ഞതുപോലെ കട്ടിലും ഭാര്യയും ഏതൊരാളിന്റെയും താങ്ങും തണലുമാണ്. ഇതിൽ ഏതെങ്കിലുമൊന്ന് ഒറ്റദിവസംപോലും ഒഴിവാക്കാവുന്നതുമല്ല. നേരെമറിച്ച് ദൂരെ ദിക്കിലേക്ക് ഒരു സ്ഥലംമാറ്റം വരുമ്പോൾ ഇവ രണ്ടും ശല്യമാണെന്ന് തോന്നും.

ഗോപി യാത്രയാകുന്നതിന് മുമ്പ് ലേഡീസ് ഹോസ്റ്റലിൽപോയി. സഹപ്രവർത്തകയായ ശ്യാമളയെ കാണാൻ മറന്നില്ല. സ്വീകരണമുറിയിൽ ചെന്ന് ശ്യാമളയെ വിളിപ്പിച്ചു. ആഗതനെ ദർശിച്ച മാത്രയിലുണ്ടായ അത്ഭുതവും പരിഭ്രമവും ഉള്ളിൽ ഒളിപ്പിച്ചുകൊണ്ട് ഗൗരവഭാവത്തിൽ നിലകൊണ്ടു.

ഗോപി നിശ്ശബ്ദത ഭേദിച്ചു: “യാത്ര ചോദിക്കാൻ വന്നതല്ല. ഞാൻ ഏതെങ്കിലും തരത്തിൽ വേദനിപ്പിച്ചിട്ടുണ്ടെങ്കിൽ അതിനു മാപ്പു ചോദിക്കാൻ വന്നതാണ്. മനഃപൂർവം ഒന്നും ചെയ്തതല്ല. മാപ്പാക്കണം.” കൂടുതൽ സംസാരിക്കാതെ അയാൾ ഇറങ്ങി നടന്നു. അൽപ്പനേരം നോക്കി നിന്നിട്ട് ശ്യാമള അകത്തേക്കു പോയി.

അന്നുരാത്രി ശ്യാമളയ്ക്ക് കാളരാത്രിയായിരുന്നു. നിദ്രാദേവിയുമായി നിരന്തരം സമരം. അവൾ ചിന്താകുലയായിരുന്നു. ചിന്തകളുടെ വേലിയേറ്റം അനുസ്യൂതം തുടർന്നു. താൻ ചെയ്തതു ശരിയാണോ? ഗോപി മനഃപൂർവം തന്നെ ദ്രോഹിച്ചിട്ടുണ്ടോ? തമാശ രൂപേണ കളിയാക്കി എന്തെങ്കിലും പറഞ്ഞിട്ടുണ്ടാകും. അതിന്റെ പേരിൽ അയാളെ ഒരു കുറ്റവാളിയാക്കേണ്ടിയിരുന്നില്ല. തന്റെ പരാതി കടന്ന കൈയായിപ്പോയി. അതിന്റെ പേരിലാണല്ലോ അയാളെ ശിക്ഷിച്ച് സ്ഥലം മാറ്റിയത്. ഛെ, അതു വേണ്ടായിരുന്നു. ഇപ്രകാരം ഓരോന്ന് ചിന്തിച്ച് അവൾ ഉറങ്ങാതെ ഒരു കണക്കിന് നേരം വെളുപ്പിച്ചു.

ഗോപിയുടെ ശിക്ഷാപരമായ സ്ഥലംമാറ്റം (പണിഷ്മെന്റ് ട്രാൻസ്ഫർ) ഓഫീസിൽ ഒച്ചപ്പാടുണ്ടാക്കി. ജീവനക്കാർ ഒന്നടങ്കം സമരത്തിന് തയാറായി മുന്നോട്ടുവന്നു. എല്ലാ സംഘടനക്കാരും ഒറ്റക്കെട്ടായി അണിനിരന്നു. നേതാക്കന്മാർ നിസ്സങ്കോചം കമീഷണറെ നേരിട്ടുകണ്ടു. കമീഷണർ നിസ്സങ്കോചം സംസാരിച്ചു:

“ശ്യാമളയെന്ന ജീവനക്കാരിയെ നിരന്തരം പീഡിപ്പിക്കുന്നതിൽ ആനന്ദം കണ്ടെത്തുന്നയാളാണ് ഗോപി. ആ പെൺകുട്ടിയുടെ പരാതിയുടെ അടിസ്ഥാനത്തിലാണ് സ്ഥലം മാറ്റിയത്. അച്ചടക്കലംഘനം വച്ചുപൊറുപ്പിക്കില്ല.”

ഗോപി ഒരു സംഘടനയുടെയും ആളല്ല. എല്ലാ സംഘടനക്കാർക്കും അയാളെ ഇഷ്ടമാണ്. സുഹൃത്തുക്കൾ ധാരാളം. ഇൻവേർഡ് ചാക്കോ, 'കീർഡിസ് പരമുപിള്ള' തുടങ്ങിയവർ ഉറ്റ ചങ്ങാതിമാർ. വെളിയിൽ നിന്നും വരുന്ന കത്തുകൾ പൊട്ടിക്കുന്നത് പരമുപിള്ളയാണ്. അയാൾ അവ പരിശോധിച്ച് ചാക്കോയെ ഏൽപ്പിക്കും. അപ്രകാരം ഏൽപ്പിക്കുന്ന കത്തുകളാണ് രജിസ്റ്ററിൽ പതിച്ച് നടപടികൾക്കായി ഓരോ സെക്ഷനിലും എത്തിക്കുന്നത്. പരിശോധിക്കുന്നതിനിടയ്ക്ക് ചില കത്തുകൾ അവ്യക്തത നിഴലിക്കുന്നതോ കൈകാര്യം ചെയ്യാൻ വൈഷമ്യമുള്ളതോ ആണെങ്കിൽ മാറ്റിവച്ച് അൽപ്പം കഴിഞ്ഞ് കീറിക്കളയും. അത് പരമുപിള്ളയുടെ ഒരു 'ഹോബി'യാണ്. അപ്രകാരമുള്ള ഒരു കേസിൽ അയാൾ പിടിക്കപ്പെട്ടു. താക്കീതു നൽകി വിട്ടെങ്കിലും 'കീർഡിസ് പരമുപിള്ള' എന്ന പേര് നെറ്റിയിൽ മുദ്രണം ചെയ്തതുപോലെ സ്ഥിരീകരിക്കപ്പെട്ടു.

പ്രതിഷേധം അലയടിച്ചെങ്കിലും ഗോപി പോകാൻ തന്നെ തീരുമാനിച്ചു. അയാൾക്കുപകരം ആരെയും നിയമിച്ചില്ല. സെക്ഷനിൽ ഒരു മൂകത തളംകെട്ടിനിന്നു.

അടുത്ത ദിവസം ഗോപിക്ക് സെക്ഷനിൽ ഒരു യാത്രയയപ്പു സൽക്കാരം നടത്തി. കാപ്പികുടിയും പ്രസംഗങ്ങളും ഒരേസമയം നടന്നു. അയാൾ എഴുന്നേറ്റ് ഓരോരുത്തരുടെയും അടുക്കൽ ചെന്നു. കൂട്ടത്തിൽ തന്റെ സ്ഥലംമാറ്റത്തിന് കാരണക്കാരിയായ ശ്യാമളയുടെ സമീപത്തും എത്തി. ചമ്മൽ മറയ്ക്കുവാനായി അവൾ കഴിച്ചുകൊണ്ടിരുന്ന ലഡു ബാക്കി അയാൾക്കു നീട്ടിക്കൊടുത്തു. അയാൾ അത് സന്തോഷപുരസരം വാങ്ങി കഴിച്ചു. അവൾ അതോടെ കൂടുതൽ വികാരാധീനയായി. കണ്ണുകൾ ഈറനണിഞ്ഞു.

ശ്യാമള അന്നു രാത്രിയും ചിന്തയിലേക്കു മടങ്ങി ചുരുണ്ടുകൂടി കിടന്നു.

പിറ്റേദിവസം മുതൽ ഓഫീസിൽ സഹപ്രവർത്തകരുടെ മുഖത്തു നോക്കാൻ തന്നെ അവൾക്കു വൈഷമ്യം. പലരും തന്നെ കാണുമ്പോൾ നിന്ദാസൂചകമായി കാർക്കിക്കും. മറ്റു ചിലർ നേരെ നോക്കാതെ പ്രതിഷേധ സൂചകമായി ഇരട്ടപ്പേരു വിളിക്കും. ആളറിയാതിരിക്കാൻ പുറം തിരിഞ്ഞുനിന്ന് കേരളയക്ഷി എന്നു വിളിച്ചവരും ഇല്ലാതില്ല. പ്രതികരണശേഷി നഷ്ടപ്പെട്ട അവൾ ദീർഘകാലഅവധിക്ക് അപേക്ഷിച്ചു. യഥാർഥത്തിൽ അവൾക്ക് അവളോടുതന്നെയായിരുന്നു പ്രതിഷേധം. തിരുത്താനാകാത്ത തെറ്റാണല്ലോ അവൾ ചെയ്തത്.

ഗോപിയെപ്പറ്റിയുള്ള പഴയ ധാരണയൊക്കെ മാറി. മഹത്തായ ഒരു വ്യക്തിത്വത്തിന്റെ ഉടമയാണ് അയാളെന്ന് അവൾക്കു ബോധ്യപ്പെട്ടു. അവളുടെ ഉള്ളിന്റെ ഉള്ളിൽ പ്രേമം അങ്കുരിച്ചോ എന്നും സംശയം. അയാളെ കാണാതെ അവൾക്കു പിടിച്ചു നിൽക്കാൻ പറ്റില്ലെന്നു ബോധ്യമായി. അവളുടെ മനസ്സ് പാലക്കാട്ടെത്തിക്കഴിഞ്ഞു.

അടുത്ത പൊതുസ്ഥലംമാറ്റം. പലരും സ്വന്തം നാടുകളിലേക്കും മറ്റു സൗകര്യമായ സ്ഥലങ്ങളിലേക്കും മാറ്റത്തിനുള്ള അപേക്ഷ സമർപ്പിച്ചു. കൂട്ടത്തിൽ അപ്രതീക്ഷിതമായ വേറിട്ട ഒരപേക്ഷ. ശ്യാമള പാലക്കാട്ടേക്ക് സ്ഥലംമാറ്റത്തിന് അപേക്ഷിച്ചിരിക്കുന്നു.

ശ്യാമളയുടെ അപേക്ഷ പ്രത്യേകം ശ്രദ്ധിക്കപ്പെട്ടു. സൂപ്രണ്ടിന് അമ്പരപ്പ്. പ്രത്യേക പരിഗണനയ്ക്കായി കമീഷണർക്ക് സമർപ്പിക്കപ്പെട്ടു. അദ്ദേഹത്തിന് അത്ഭുതം.

സർക്കാർ ജീവനക്കാർ പൊതുവെ അവഗണനയോടെ വീക്ഷിക്കുന്ന സ്ഥലമാണ് പാലക്കാട്. ചൂടു കാലത്ത് അത്യുഷ്ണം. ഉഷ്ണക്കാറ്റുമൂലം പല അസുഖങ്ങളുടെയും ഉറവിടം. അങ്ങോട്ടുപോകാൻ എല്ലാവർക്കും മടി. പക്ഷേ ശ്യാമള സ്വന്തം ഇഷ്ടപ്രകാരം മാറ്റത്തിന് അപേക്ഷിച്ചിരിക്കുന്നു.

പൊതുസ്ഥലംമാറ്റ ഉത്തരവിറങ്ങി. ശ്യാമളയ്ക്ക് ആഗ്രഹിച്ചപ്രകാരം പാലക്കാട്ടേയ്ക്കു സ്ഥലം മാറ്റം കിട്ടി.

അടുത്ത ദിവസം ശ്യാമള പാലക്കാട്ടു ജില്ലാ ഓഫീസിൽ എത്തി. പാലക്കാട് കോട്ടയും മലമ്പുഴ അണക്കെട്ടും ഉദ്യാനവും പ്രകൃതിഭംഗിയും കണ്ട് ആസ്വദിക്കുവാൻ ഉല്ലാസയാത്രയ്ക്കെത്തിയതാണെന്ന് ആദ്യം മറ്റു ജീവനക്കാർ കരുതി. അവരെ വിഡ്ഢികളാക്കിക്കൊണ്ട് കമീഷണറുടെ ഉത്തരവുമായി അവൾ ജോലിയിൽ പ്രവേശിക്കുവാനുള്ള ജോയിനിംഗ് റിപ്പോർട്ട് എഴുതിക്കൊടുത്തു. ഓഫീസിൽ എല്ലാവർക്കും അമ്പരപ്പ്. സ്വന്തം ഇഷ്ടപ്രകാരം ഒരു പെൺകുട്ടി അപരിചിതമായ, വിദൂര സ്ഥലത്തേക്ക് സ്ഥലംമാറ്റം ആവശ്യപ്പെടുമോ? സൂപ്രണ്ട് കുശുകുശുത്തു. “ഈ കൊച്ചിന് വട്ടാ.” ഓരോരുത്തരും അവരവരുടെ മനോധർമംപോലെ വ്യാഖ്യാനിച്ചുകൊണ്ടിരുന്നപ്പോൾ ഒരു ഒഴിഞ്ഞ മൂലയിൽ നിർവികാരനായി കാകദൃഷ്ടിയോടെ ചരിഞ്ഞുനോക്കി ഗോപി ഇരിക്കുന്നുണ്ടായിരുന്നു.

ശ്യാമള സാവധാനം ഗോപിയെ സമീപിച്ചു. ഗോപിയാണ് സംഭാഷണം തുടങ്ങിയത്.

“വീട്ടുകാരുമായി ആലോചിച്ചിട്ടാണോ ഇതൊക്കെ?”

ശ്യാമള സൗമ്യമായി പ്രതിവചിച്ചു:

“ആരുടെയും അനുവാദം ഇക്കാര്യത്തിൽ തേടിയില്ല. സ്വന്തം മനസിന്റെ പ്രചോദനവും പ്രേരകശക്തിയും മാത്രം. ഗോപിയുടെ സ്ഥലംമാറ്റത്തോടെ എന്റെ മനസും പണ്ടേ പാലക്കാട്ടെത്തിക്കഴിഞ്ഞിരുന്നു. ഇപ്പോൾ പ്രാവർത്തികമായെന്നു മാത്രം.”

“താമസം?” ഗോപി ആരാഞ്ഞു. “ഒന്നുമായിട്ടില്ല. തൽക്കാലം ഗോപിയുടെ കൂടെ ലോഡ്ജിലേക്ക്.” ഗോപി ഒന്നു നടുങ്ങി.

“അതു പുരുഷന്മാർ മാത്രം താമസിക്കുന്ന ലോഡ്ജാണ്. ” അതിന്റെ മറുപടി ദൃഢതരമായിരുന്നു.

‘‘അവിടെ സ്ഥിരമായി അടിഞ്ഞുകൂടാൻ ഉദ്ദേശ്യമില്ല. നമുക്ക് രണ്ടാൾക്കും കൂടി ഒരു ചെറിയ വീടെടുത്ത് താമസമാക്കാം.” ഗോപിയുടെ പരിഭ്രമം വിട്ടുമാറിയില്ല. “ആദ്യം ഉല്ലാസയാത്രയ്ക്ക് പാലക്കാട്ടെത്തിയതാണെന്ന് മറ്റുള്ളവർ ധരിച്ചു. ഇപ്പോൾ ഇങ്ങനെ പറയുന്നു.”

ശ്യാമള കൊഞ്ചിക്കുഴഞ്ഞുകൊണ്ട് പ്രതിവചിച്ചു. “വീടെടുത്ത് താമസമാക്കിയിട്ട് നമുക്ക് രണ്ടാൾക്കും ഒരുമിച്ച് ഉല്ലാസയാത്രയുമാകാം.”

രണ്ടുപേരും ഒരുമിച്ച് പൊട്ടിച്ചിരിച്ചു.

അന്ത്യാഭിലാഷം

പ്രഭാതം പൊട്ടിവിടർന്നപ്പോൾ ആ വൃദ്ധദമ്പതികൾക്ക് ഉത്സവ പ്രതീതിയായിരുന്നു. തലേദിവസം എല്ലാം ഒരുക്കിവച്ചിരുന്നതുകൊണ്ട് പുലർച്ചെ തത്രപ്പാടുണ്ടായില്ല. ഉത്സാഹത്തോടെ പെട്ടികളും വട്ടികളും ഭരണികളും വലിയ കെട്ടുകളാക്കി തലച്ചുമട് രൂപത്തിൽ തയാറാക്കി. കായ് വറുത്തതും കപ്പ വറുത്തതും ചക്ക വരട്ടിയതും ഉപ്പുമാങ്ങ, കടുമാങ്ങ, പുളിഞ്ചിക്കഅച്ചാർ എന്നുവേണ്ട രുചികരമായ വിഭവങ്ങൾ നേരത്തെ തയാറാക്കിയത് കൂടാതെ തലേദിവസം അമ്പലത്തിൽ നേർച്ച കഴിച്ച പ്രസാദമുൾപ്പെടെ ധാരാളം വിഭവങ്ങൾ തയാറാക്കിയിരുന്നു.

വീട്ടിൽനിന്നും ഇറങ്ങി നടന്ന് ബസ് സ്റ്റാന്റിലെത്തി. ഭാരമുള്ള ചുമട് ശരീരത്തെ തളർത്തിയെങ്കിലും മകനെ കൺകുളിർക്കെ കാണുവാനും സൽക്കരിക്കാനും അവസരമുണ്ടാകുമല്ലോ എന്നോർത്ത് ആത്മധൈര്യത്തോടെ ബസിൽ കയറി. വൃദ്ധദമ്പതികൾക്ക് സീറ്റ് കിട്ടി. "എവിടേക്ക്?" കണ്ടക്ടർ ആരാഞ്ഞു. "തിരുവനന്തപുരം" എന്നു മാത്രമേ അവർക്ക് പറയുവാൻ അറിയുമായിരുന്നുള്ളൂ.

പൊന്നുതമ്പുരാൻ വാണരുളുന്ന സ്ഥലം. അറബിക്കടൽ എന്നു കേട്ടിട്ടേയുള്ളൂ. നേരിൽ കാണണം. എന്നിട്ട് നാട്ടിൽവന്ന് തന്നെ പരിഹസിക്കുന്നവരുടെ മുഖത്ത് നോക്കി ഉറക്കെ പറയണം. താൻ ആരാണെന്ന് അവർക്ക് കാണിച്ചുകൊടുക്കാം. കാഴ്ചബംഗ്ലാവിലും ഒന്നു കയറിയിറങ്ങണം. പണ്ട് ശബരിമലയ്ക്ക് പോയപ്പോൾ വനാന്തരത്തിൽ ചില മൃഗങ്ങളെ കണ്ടിട്ടുണ്ടെങ്കിലും അത് അകലെ ആയിരുന്നു. മാത്രവുമല്ല സ്വൈര്യമായി നിന്നു കണ്ടിട്ടേയില്ല. ഭയപ്പാടോടുകൂടി രക്ഷപ്പെടാനുള്ള ഓട്ടമായിരുന്നു. സ്വാമിയെ വിളിച്ചുകൊണ്ടുള്ള ഓട്ടത്തിനിടയിൽ വീണു പരിക്കുപറ്റിയിട്ടുമുണ്ട്. ഇത് അങ്ങനെയല്ല, സാവകാശമായി അടുത്തു നിന്ന് കൺകുളിർക്കെ കാണണം. തീറ്റിയും ഇട്ടുകൊടുക്കാം. ഇക്കാര്യങ്ങളെല്ലാം മനസിൽ അരക്കിട്ടുറപ്പിച്ചിരിക്കുകയാണ്.

ബസിൽ നല്ല തിരക്കായി. ഇടയ്ക്കൊക്കെ ആളുകൾ ഇറങ്ങുകയും അതിലുമധികം പേർ കയറുകയും ചെയ്തു. വളവു തിരിഞ്ഞും കയറ്റം കയറിയും ഇറക്കം ഇറങ്ങിയും ഒരു പരുവത്തിൽ തലസ്ഥാനനഗരിയിൽ എത്തി. അപ്പോഴേയ്ക്കും സമയം വൈകി. ബസ്സ്റ്റാന്റിൽനിന്നും വീണ്ടും ചുമട് തലയിലേറ്റിയ വൃദ്ധനും കൂടെ വേച്ചുവേച്ച് വൃദ്ധയും പുത്തൻ കച്ചേരിയുടെ വാതിൽ കടന്ന് അകത്തു പ്രവേശിച്ചു.

മകന്റെ പേരു പറഞ്ഞിട്ട് ആരും കാര്യമാക്കുന്നില്ല. തന്റെ മകൻ വലിയ ഉദ്യോഗസ്ഥനായിട്ടും ആൾക്കാർ വേണ്ടത്ര അംഗീകാരം കൊടുക്കുന്നില്ലല്ലോ എന്നു സന്ദേഹിച്ചു. ഒരാൾ നിസ്സംഗതയോടെ സ്വീകരണ വിഭാഗത്തിലേക്ക് പറഞ്ഞുവിട്ടു. തലച്ചുമടുമായി വൃദ്ധൻ അങ്ങോട്ടു കയറി. ചുമട് ഇറക്കിവച്ചിട്ട് കാര്യങ്ങൾ പറഞ്ഞു. മൂന്നു മണിക്കുശേഷമേ പ്രവേശനം അനുവദിക്കുകയുള്ളൂവെന്ന് അവിടെ ഉണ്ടായിരുന്ന ഉദ്യോഗസ്ഥൻ പറഞ്ഞപ്പോൾ അയാൾ അമ്പരന്നുപോയി. സ്വന്തം മകനെ ഒരുനോക്കു കാണാൻ മാതാപിതാക്കൾ വൈകുന്നേരം വരെ കാത്തിരിക്കണമെന്നോ? കലികാലം തന്നെ. അവൻ മേലുദ്യോഗസ്ഥനാ, കളക്ടറെ പോലെ. സെക്യൂരിറ്റി ചിരിച്ചുകൊണ്ടു പറഞ്ഞു: "മൂന്നു മണിക്കുശേഷമേ കാണാൻ പറ്റൂയെന്നുള്ളതാ ഇവിടുത്തെ നിയമം."

വൃദ്ധൻ ചുമട് ഇറക്കിവച്ചു. ക്ഷീണമുണ്ട്. മകനെ ചുറ്റിപ്പറ്റിയുള്ള പൂർവകാല സ്മരണകൾ അയവിറക്കി. ചുമടെടുപ്പ് തന്റെ ജീവിതത്തിന്റെ ഒരു ഭാഗമായിരുന്നു. ജീവിതമാർഗം തന്നെ ചുമടെടുത്തു കിട്ടുന്ന കൂലിയായിരുന്നു. ഏതു വലിയ ചുമടും അയാൾ ഒറ്റയ്ക്കെടുത്ത് ദൂരെയുള്ള ചന്തയിൽ എത്തിക്കുവാൻ പ്രാപ്തനായിരുന്നു. മകനെ തോളിലേറ്റി കളിപ്പിക്കുമായിരുന്നു. ചായക്കടയിൽ ചെന്ന് ഇഷ്ടപ്പെട്ട പലഹാരം വാങ്ങിക്കൊടുത്ത് തിരികെ കൊണ്ടുവരും. മകൻ നടക്കുന്ന പ്രായമായപ്പോഴും ഇതൊക്കെതന്നെയായിരുന്നു രീതി.

"അച്ഛൻ മകനെ കൂടുതലായി ലാളിക്കുന്നു" അമ്മ കളിയാക്കുമായിരുന്നു.

"അവൻ വലുതായാൽ നമ്മുടെ കഷ്ടതകളൊക്കെ അവസാനിക്കും." അയാൾ ദൃഢസ്വരത്തിൽ പറയുമായിരുന്നു.

സമയം മൂന്നു മണി. അവർക്കു പ്രവേശനാനുമതി ലഭിച്ചു. അയാൾ ആയാസപ്പെട്ട് പുത്തൻകച്ചേരിയുടെ ഓരോ പടിയും കയറുകയാണ്. ചുമടുമായി കയറുന്ന അയാളെ പലരും ആശ്ചര്യത്തോടെ വീക്ഷിക്കുന്നുണ്ടായിരുന്നു. മകന്റെ (ഓഫീസറുടെ) വാതിലിനു സമീപം എത്തി. അവിടെ മാർഗതടസം. കാവൽനിന്ന ശിപായി പറഞ്ഞു:

"അദ്ദേഹം ചർച്ചയിലാണ്. കാണാൻ കുറച്ചുവൈകും."

സ്വന്തം മകനെ നേരിൽ കാണുവാൻ ഇത്രയധികം ക്ലേശങ്ങൾ സഹിക്കണമല്ലോ എന്നോർത്തപ്പോൾ അയാളുടെ കണ്ണുകൾ ഈറനണിഞ്ഞു പോയി.

അഞ്ചു മണി ആകാറായപ്പോൾ ചർച്ച പൂർത്തിയാക്കി. ശിപായി അറിയിച്ചതനുസരിച്ച് ശാന്തകുമാർ ഐ എ എസ്സ് വാതിൽ തുറന്ന് വെളിയിലേക്ക് നോക്കി. അയാൾ അന്ധാളിച്ചുപോയി. ഒന്നും പറയാനാകാതെ അൽപ്പനേരം മിഴിച്ചു നിന്നു. ശിപായിക്കു നിർദേശം കൊടുത്തതനുസ

രിച്ച് ചുമട് വലിച്ചിഴച്ച് ഇറക്കിക്കൊണ്ടുപോയി കാറിന്റെ ഡിക്കിയിൽ എത്തിച്ചു.

മകനെ കൺകുളിർക്കെ കണ്ടപ്പോൾ അച്ഛനും അമ്മയും ആനന്ദഭരിതരായി. "ഓണത്തിന് എല്ലാവരും കൂടി വീട്ടിലേക്കു വരുമെന്ന് ഉറപ്പിച്ചിരുന്നു. ഉപ്പേരിയും പായസവുമെല്ലാം തയാറാക്കിയിരുന്നു. തിരുവോണത്തിന്റെ അന്ന് നിന്റെയമ്മ കണ്ണുനീർ തൂകിക്കൊണ്ടാണ് ഊണുകഴിച്ചുവെന്ന് വരുത്തിയത്. മോൻ കുട്ടികളെയും കൂട്ടി അവിടെ വരെ വന്നിട്ടുപോകാമായിരുന്നു. ഞങ്ങൾ കണ്ണിലെണ്ണയൊഴിച്ച് കാത്തിരിക്കുകയായിരുന്നു." അച്ഛൻ വാചാലനനായി. "ഒരു കത്തുപോലും അയച്ചതുമില്ല."

മകൻ ഇതൊന്നും കേട്ടഭാവം നടിച്ചില്ല.

വൃദ്ധൻ തുടരുകയാണ്. "മരുമകളുടെ പാചകത്തിന്റെ സ്വാദ് അറിഞ്ഞിട്ടില്ല. ഇന്ന് അറിയണം. രണ്ടു ദിവസം കുട്ടികളെ ലാളിക്കണം. കടലു കാണണം, സിനിമയിൽ മാത്രമേ മുൻപ് കടൽ കണ്ടിട്ടുള്ളൂ. കടലിൽ ഒന്നു കുളിച്ചാൽ ഏറെ നന്ന്. ശ്രീ പത്മനാഭസ്വാമി ക്ഷേത്രത്തിൽ പോയി തൊഴണം. പൊന്നുതിരുമേനിയുടെ കൊട്ടാരം വെളിയിൽ നിന്നെങ്കിലും നോക്കണം. ഈ സ്ഥലം ഒക്കെ ഒന്നു ചുറ്റിയടിച്ചു കാണണം." പിതാവ് ശ്വാസം നിർത്താതെ പറഞ്ഞുകൊണ്ടിരിക്കുകയാണ്. മകൻ ഇടയ്ക്ക് സംഭാഷണം നിർത്താൻ ശ്രമിച്ച് പരാജയമടഞ്ഞു. ഡ്രൈവർ ഊറിയൂറി ചിരിക്കുന്നു.

വീട്ടിൽ എത്തി. കൊട്ടാരം പോലെയുള്ള വീട്, മാതാപിതാക്കൾ ആശ്ചര്യപൂർവം നോക്കിനിന്നു. വരാന്തയിലേക്ക് കയറാൻതന്നെ മടിച്ചു. സാവകാശം അകത്തുകയറി. ചുമട് അഴിച്ച് ഓരോരോ പൊതിയായി പുറത്തെടുത്തു. വൃദ്ധ പറയാൻ തുടങ്ങി. "ഇത് പുളിഞ്ചിക്കായ് അച്ചാർ. പെൺകുട്ടികൾക്ക് വലിയ ഇഷ്ടമായിരിക്കും. ഉപ്പുമാങ്ങ പ്രത്യേകം സൂക്ഷിച്ച് ഭരണിയിൽ ഇട്ടുവച്ചിരുന്നതാണ്. ഇതു ശർക്കര വരട്ടി, ഇത്....." പൂർത്തിയാക്കാൻ മരുമകൾ സമ്മതിച്ചില്ല. അവരോട് മിണ്ടാതിരിക്കാൻ പറയാൻ ഭർത്താവിനോട് ഇംഗ്ലീഷിൽ പറഞ്ഞു. "പെണ്ണിന് മലയാളം അറിയത്തില്ലെ, കുഞ്ഞേ?" പിതാവ് മകനോട് ചോദിച്ചു. അയാൾ മറുപടി പറഞ്ഞു. "അവൾ അമേരിക്കയിലായിരുന്നു വളർന്നതും പഠിച്ചതും. വലിയ വീട്ടിലുള്ളതാണ്. അധികം സംസാരിക്കാറില്ല. പറയുന്നത് ഇംഗ്ലീഷിലായിരിക്കും. അച്ഛനും അമ്മയും അവരോട് സംസാരിക്കാതിരിക്കുന്നതാണ് നല്ലത്."

വൃദ്ധരായ മാതാപിതാക്കൾക്ക് ഏറ്റ ആദ്യത്തെ കനത്ത പ്രഹരമായിരുന്നു അത്. അവിടത്തെ ഭക്ഷണരീതി അവർക്ക് ഇഷ്ടപ്പെട്ടില്ല. നാട്ടിലെ ഭക്ഷണവസ്തുക്കളിൽനിന്നും തുലോം വിഭിന്നമായിരുന്നു. അമ്മ പറഞ്ഞു: "ഞങ്ങൾ ചുമന്നുകൊണ്ടുവന്ന സാധനങ്ങൾ ഒന്നു രുചിച്ചു നോക്കിയതുപോലുമില്ലല്ലോ?" "ഊം ഈ ചപ്പുചവറുകൾ ഇവിടെ ആർക്കു വേണം" മകൻ പറഞ്ഞു. അത് രണ്ടാമത്തെ പ്രഹരവും.

ഉറങ്ങാൻ കിടന്നപ്പോൾ അവർക്ക് സങ്കടകരമായ കാര്യങ്ങളാണ് മകൻ വിസ്തരിച്ചത്. "ഇവിടെ ആർക്കും ഒന്നിനും സമയമില്ല. എല്ലാവരും തിരക്കിലാണ്. നാളെരാവിലെ തന്നെ രണ്ടുപേരും വീട്ടിലേക്ക് തിരിച്ചുപൊയ്ക്കൊള്ളണം."

വൃദ്ധരായ മാതാപിതാക്കളും മകനും തമ്മിൽ രാത്രിയിൽ വാദപ്രതിവാദം തന്നെയുണ്ടായി. "ചുമടു തലയിലേറ്റി ഓഫീസിൽ എത്തിയത് അന്തസ്സ് കെടുത്തുന്ന നടപടി ആയിപ്പോയി. ഈ നഗരത്തിലെ ജീവിത രീതികളും നാട്ടിലെ ജീവിതരീതികളും തമ്മിൽ സാമ്യപ്പെടുത്താനാവില്ല. കുട്ടികളുമായി ഇടപെടുന്നതും കളിക്കുന്നതും എടുത്ത് ഉമ്മവച്ച് ലാളിക്കുന്നതും മറ്റും അവരുടെ അമ്മയ്ക്ക് ഇഷ്ടമല്ല. അവളുടെ അച്ഛൻ അവളുടെ പേർക്ക് എഴുതിക്കൊടുത്തതാണ് ഈ സ്ഥലവും വീടും. അവൾ പറയുന്നതിന് മറുത്തു പറയുവാൻ ഞാൻ അശക്തനാണ്. ഇവിടെ കൂടുതൽ ദിവസം താമസിക്കുന്നതും അവൾക്ക് ഇഷ്ടപ്പെടത്തില്ല. നഗരം ചുറ്റി കാണിക്കാനും ഒന്നും ഇവിടെ ആർക്കും സമയവും സൗകര്യവും ലഭിക്കില്ല," ഇങ്ങനെ പോകുന്നു മകന്റെ പ്രഭാഷണങ്ങൾ.

ആ വൃദ്ധരായ മാതാപിതാക്കൾ രാത്രിയിൽ ഉറങ്ങിയില്ല. അവർ ഏങ്ങിയേങ്ങി കരഞ്ഞു. കുടുകുടാ കണ്ണുനീർ തൂകി. അമ്മ വിലപിച്ചു "എനിക്കിനി ജീവിക്കണമെന്നില്ല, കിടപ്പാടം വരെ വിറ്റ് പഠിപ്പിച്ച് വലുതാക്കിയ നീ ഇതു പറഞ്ഞല്ലോ മോനേ." പുലരുന്നതിനു മുമ്പുതന്നെ ശാന്തകുമാർ എഴുന്നേറ്റു. നേരത്തെ പറഞ്ഞുവച്ചിരുന്നതിനാൽ ഡ്രൈവർ എത്തി. മാതാപിതാക്കളെ വിളിച്ച് ഒരു പൊതി കൈയിൽ കൊടുത്തു. "യാത്രച്ചെലവിനുള്ള പണമാണ്" എന്നു പറഞ്ഞു. പിതാവ് അതു വാങ്ങിയില്ല, "ഇങ്ങോട്ടു വരാൻ ആരും സഹായിച്ചില്ലല്ലോ അതുപോലെ അങ്ങോട്ടു പൊയ്ക്കൊള്ളാം."

ബസ് സ്റ്റാന്റിൽ ചെന്നെങ്കിലും അവർ ബസിൽ കയറിയില്ല. "നാം മകനുവേണ്ടി ജീവിച്ചു. കഷ്ടപ്പെട്ട് മകനെ നല്ല നിലയിൽ എത്തിച്ചു. ഇപ്പോൾ അവന് നമ്മളെ വേണ്ടാതായിരിക്കുന്നു. ഒരെഴുത്തുപോലും അയയ്ക്കാറില്ലല്ലോ. ഇനി ആർക്കുവേണ്ടി ജീവിക്കണം." ഭർത്താവിന്റെ അഭിപ്രായത്തോട് ഭാര്യയും യോജിച്ചു.

അവർ അടുത്തുവന്ന കന്യാകുമാരി ബസിൽ കയറി. അവിടെ എത്തി കന്യാകുമാരി ദേവിയെ തൊഴുതു. ഇന്ത്യൻ മഹാസമുദ്രം എന്ന മഹാ അത്ഭുതം കണ്ടു. അറേബ്യൻ കടലും ഇന്ത്യൻ മഹാസമുദ്രവും ബംഗാൾ ഉൾക്കടലും സംഗമിക്കുന്ന സ്ഥലം. കരയിലിരുന്നു ചിന്തിച്ചു. "ഇനി നാട്ടിലേക്കു തിരിച്ചു ഞാനില്ല കാത്തൂ." ഭർത്താവ് നാണുപിള്ള പറഞ്ഞപ്പോൾ ഭാര്യ കാർത്ത്യായനി അമ്മ ആദ്യം ഒന്നു നടുങ്ങി. നടുക്കം വിട്ടുമാറിയപ്പോൾ സാവകാശം ഭർത്താവിന്റെ അഭിപ്രായം ശരിവച്ചു. "നാട്ടിൽ ചെന്നാൽ നാട്ടുകാരുടെയും കുടുംബത്തിലുള്ള മറ്റാളുകളുടെയും മുഖത്തുനോക്കാൻ എനിക്കും കഴിവില്ല." രണ്ടുപേരും ആലോചിച്ച് "ദേവി കന്യാകുമാരി കുടികൊള്ളുന്ന സ്വർഗതുല്യമായ ഈ പുണ്യസ്ഥലത്ത് നമ്മുടെ ജീവിതം അവസാനിപ്പിക്കാം." യോജിച്ച തീരുമാനം. അവർക്ക് അഭിപ്രായഭിന്നത ഉണ്ടായില്ല.

* * *

കന്യാകുമാരി കടപ്പുറത്ത് ഒരു വൃദ്ധന്റെയും വൃദ്ധയുടെയും അജ്ഞാത മൃതദേഹങ്ങൾ കരയ്ക്കടുത്തതായി പത്രവാർത്ത കണ്ട് ശാന്തകുമാർ ഐ എ എസ് നെടുവീർപ്പിട്ടു. പത്രം ദൂരെയെറിഞ്ഞു.

അതിർത്തിവേലി

ആശുപത്രിയിൽ അതിയായ തിരക്കായിരുന്നു. ഡോക്ടറുടെ പരിശോധന കഴിയുമ്പോൾ ഉച്ചഭക്ഷണത്തോടനുബന്ധിച്ചുള്ള ഇടവേള സമയത്ത് അൽപ്പനേരത്തേക്കു മാത്രമുള്ള പ്രവേശനാനുവാദം. ഞങ്ങൾ ഒഴിഞ്ഞ കോണിലൂടെ ഒതുങ്ങിക്കൂടി അകത്തേക്കു കടന്നു. സെക്യൂരിറ്റി രൂക്ഷമായി നോക്കുന്നുണ്ട്. ശരിക്കുള്ള സന്ദർശനസമയം അല്ലാത്തതുകൊണ്ടായിരിക്കാം. അതോ 'പാസ്' ഇല്ലാത്തതുകൊണ്ടോ? എന്തോ?

നേരെ വാർഡിലേക്കു കാലുകുത്തി. അടുത്തടുത്ത കട്ടിലുകളിൽ ശോണിതമണിഞ്ഞു കിടന്ന രണ്ടു വില്ലന്മാരെയും അത്ഭുതപരതന്ത്രരായി നോക്കി. ഹൃദയഭേദകമായ കാഴ്ച.

വിധി മഹിമയലംഘനീയമാണെ-
ന്നതി ദയനീയമുരച്ചിടുന്ന വണ്ണം

കിടന്ന അവർ കത്തിക്കുത്തിന്റെ ഫലമായുണ്ടായ ആഴത്തിലുള്ള മുറിവ് കരിഞ്ഞു തുടങ്ങിയെങ്കിലും ക്ഷീണാധിക്യം കൊണ്ടുള്ള മയക്കത്തിലാണ്. അതിലും ആഴത്തിലുള്ള മുറിവ് ഹൃദയത്തിൽ വിള്ളലുണ്ടാക്കിയിരുന്നു.

ഉച്ചഭക്ഷണം വീട്ടിൽനിന്നും നേരിട്ട് കൊണ്ടുവന്നു. ഭാര്യമാർ തന്നെയാണ് പരിചരണം. മധ്യവയസ്കരായ രണ്ടുപേരും ഭാര്യമാരുടെ സഹായത്തോടെ എഴുന്നേറ്റിരുന്നു. ഭക്ഷണപ്പൊതിയഴിച്ചു. പരസ്പരം ഒളികണ്ണിട്ടുനോക്കുന്നുണ്ട്. അടുത്തടുത്ത കട്ടിലിൽ കിടപ്പാണെങ്കിലും സംസാരിക്കാറില്ല. സംസാരിക്കണമെന്ന് ഉള്ളിൽ ആഗ്രഹമുണ്ട്. സ്വത്ത് സംരക്ഷണത്തിന് വേണ്ടിയും അതിർത്തി ഉറപ്പാക്കുന്നതിന് വേണ്ടിയും പോരാടി മരിക്കാൻ തയാറായവരാണ്. ഭവിഷ്യത്തുകൾ അന്ന് ഓർത്തില്ല. ഇന്ന് പശ്ചാത്തപിക്കുകയാണ്. ഒരാഴ്ചപോലും ആയിട്ടില്ല. പൊലീസ്

കേസ് കാര്യമാക്കിയിട്ടില്ല. ആരാണ് വാദി? ആരാണ് പ്രതി? അവകാശ ത്തർക്കത്തിന്റെ പേരിൽ അടിപിടി. അക്രമം കത്തിക്കുത്ത്. ഓരോരു ത്തർക്കും എത്ര കുത്ത് വീതം ഏറ്റു? മുറിവ് ആഴത്തിലുള്ളതാണോ? തുടങ്ങിയ കാര്യങ്ങൾ വിസ്മൃതമായി. ആഹാരം കഴിക്കാൻ ആർത്തി. മടിച്ചുമടിച്ചാണെങ്കിലും ഒന്നാമൻ അപരന്റെ ഭാര്യയോടു ചോദിച്ചു "കടു മാങ്ങ ഉണ്ടോ?" ഇടിവെട്ടേറ്റതുപോലെ ഭാര്യയും ഭർത്താവും അന്ധാളി ച്ചുപോയി. മനസ്സ് സ്വസ്ഥമായപ്പോൾ മറുപടി പുറത്തുചാടി. അൽപ്പം ഉണ്ട്. അപരൻ തിരിച്ചങ്ങോട്ടു വിക്കി വിക്കി ചോദിച്ചു, ''ഇടിച്ചമ്മന്തി ഉണ്ടോ?" വികാരവായ്പോടെ മറുപടി വന്നു. "ഉണ്ടല്ലോ." അവർ കറി കൾ പങ്കുവച്ച് സുഭിക്ഷമായി ആഹാരം കഴിച്ച് മനഃസമാധാനത്തോടെ വീണ്ടും മയക്കത്തിലേക്ക് മടങ്ങി.

2

കാവും കുളവും നാലുകെട്ടും പടിപ്പുരയും വിശാലമായ പറമ്പുമുള്ള നാട്ടിലെ ഏറ്റവും വലിയ 'കുളങ്ങര കുടുംബം.' ഏകോദരസോദരങ്ങ ളായി കഴിഞ്ഞ കുടുംബാംഗങ്ങൾ. ചിലരൊക്കെ അന്യദേശങ്ങളിൽ പോയി പഠിച്ച് ജോലിയായി കഴിയുന്നു. മറ്റുചിലർ കൃഷിപ്പണിയുടെ ചുമ തലക്കാർ. കാളയും കലപ്പയും കൈകാര്യം ചെയ്യാൻ പരിശീലനം ലഭി ച്ചവർ. അവരുടെ പറമ്പിന് അതിരുകളില്ലായിരുന്നു. നോക്കെത്താ ദൂരത്ത് പരന്നു കിടക്കുന്ന പുഞ്ചപ്പാടം. സ്വന്തം പാടത്തേയ്ക്കുമാത്രമായി വെള്ളം തേവാൻ നിർമിച്ചിട്ടുള്ള ജലാശയം. അത്, വിവിധതരം മത്സ്യങ്ങളുടെ കേളീരംഗം. വർഷത്തിൽ ഒരിക്കൽ വെള്ളം വറ്റിക്കുമ്പോൾ വീട്ടാവശ്യ ത്തിന് പിടിക്കാൻ ധാരാളം മത്സ്യങ്ങൾ.

കാലത്തിന്റെ കുത്തൊഴുക്കിൽ കുടുംബത്തിന്റെ രൂപഭാവാദികൾ അടിമുടി മാറി. ഓരോ തായ്‌വഴിക്ക് ഭാഗം വച്ചുകൊടുക്കാൻ നിയമം അനു ശാസിച്ചു. പുതിയ തലമുറയിലുള്ളവർക്ക് അതു കൂടുതൽ ആവേശം പകർന്നു. "പത്തു സെന്റേ ഉള്ളെങ്കിലും എന്റെ ഭാഗം തിരിച്ച് എനിക്ക് കിട്ടണം." ചെറുപ്പക്കാർ ആഹ്ലാദത്തോടെ ഉള്ളുതുറന്നു.

ഓരോ തായ്‌വഴിക്കുമുള്ള വസ്തുവകകൾ നിർണയിച്ചു. ചില രൊക്കെ വിറ്റുപെറുക്കി സ്ഥലം വിട്ടു. മറ്റു ചിലർ മാതൃകാ കൃഷിക്കാ രായി ജീവിതം തുടർന്നു.

രാമൻ നായരും രാഘവൻ നായരും രണ്ട് തായ്‌വഴികളിലുള്ളവരാ ണെങ്കിലും സൗഹാർദമായി അടുത്തടുത്ത് താമസം ഉറപ്പിച്ചവർ. എല്ലാ വരോടും സ്നേഹവും ബഹുമാനവും പങ്കിട്ട് ജീവിച്ച മധ്യവയസ്കർ. അല്ലലില്ലാതെ ജീവിച്ചുപോന്നു.

അധ്വാനിച്ച് സന്തോഷത്തോടെ കഴിഞ്ഞുപോന്ന ഇവരോട് ചില കുബുദ്ധികൾക്ക് അസൂയ തോന്നി. അതിനിടയ്ക്ക് ചിലർ രാഷ്ട്രീയ പ്രചാരണത്തിന് രാമൻ നായരുടെ വീട്ടിൽ എത്തി. ദേശീയ കാര്യങ്ങളും

നാട്ടുകാര്യങ്ങളും ചർച്ച ചെയ്തു. ഒടുവിൽ ഒരു കുരുട്ടു ചോദ്യം. "രാമന്റെ വസ്തുവകകൾ വേണ്ടതുപോലെ രക്ഷിക്കപ്പെടുന്നുണ്ടോ? ആദായം നേരാംവണ്ണം ലഭിക്കുന്നുണ്ടോ?"

രാമൻനായർ: "ഇവിടെ ഞങ്ങൾക്ക് ഒരു പ്രശ്നവുമില്ല. ഞങ്ങളുടേതെന്നു പറഞ്ഞുവച്ചിട്ടുള്ള സ്ഥലം വേണ്ടരീതിയിൽ കൈകാര്യം ചെയ്യുന്നു. ആദായം എടുക്കുന്നു."

അവർ വിട്ടില്ല.

"അതിരോടു ചേർന്നു നിൽക്കുന്ന മാവും പ്ലാവും പുളിയും നിങ്ങൾക്കുള്ളതുതന്നെയല്ലേ."

രാമൻ: "അത് അങ്ങേ പുരയിടത്തിലേക്കാണ് ഇറങ്ങി നിൽക്കുന്നത്. അതുകൊണ്ട് രാഘവന്റെ വകയാണെന്നു നിസ്സംശയം പറയാം. ആദായത്തിന്റെ പങ്ക് ഞങ്ങൾക്കും കുറച്ചൊക്കെ തരുന്നുണ്ട്."

വന്നവർ: "ദയദാക്ഷിണ്യത്തിന്റെ പേരിൽ ജീവിക്കേണ്ട ആളല്ല നിങ്ങൾ. നിങ്ങളുടെ മാന്യത നിങ്ങൾതന്നെ കാത്തു സൂക്ഷിക്കണം. ഞങ്ങളുടെകൂടെ നിന്നാൽ നിങ്ങളുടെ പാരമ്പര്യമായുള്ള അവകാശങ്ങൾ ഞങ്ങൾ കണക്കു പറഞ്ഞു നേടിത്തരും."

കൂടുതൽ ഒന്നും പറയാതെ വിഷം കുത്തിവച്ചിട്ട് അവർ സ്ഥലം വിട്ടു.

അതിനുശേഷവും അവർ കൂടെക്കൂടെ രാമൻനായരുടെ വീട്ടിൽ വരികയും സ്വന്തം അവകാശത്തെപ്പറ്റി ഓർമിപ്പിക്കുകയും ചെയ്യും. ഒരു ദിവസം ഭാര്യ പറഞ്ഞു:

"അവർ പറയുന്നതിലും കാര്യം ഇല്ലാതില്ല."

അതിനുശേഷം അയാൾ ആഴത്തിൽ ചിന്തിക്കാൻ തുടങ്ങി. പലപ്പോഴും ചിന്താതരംഗങ്ങൾ അയാളെ അലട്ടിക്കൊണ്ടിരുന്നു. അയാളുടെ ഉറക്കംകെടുത്തിക്കൊണ്ടിരുന്നു.

അതേസമയം മറ്റൊരു രാഷ്ട്രീയപ്പാർട്ടി രാഘവൻ നായരെയും സമീപിച്ചു. ഒരിഞ്ചുഭൂമി പോലും ആർക്കും വിട്ടുകൊടുക്കാനോ അടിയറവു വയ്ക്കാനോ തയാറാകരുതെന്നും കാലാകാലങ്ങളായി നമ്മുടെ കൈവശമുള്ള സ്വത്ത് തട്ടിയെടുക്കാനുള്ള എതിരാളികളുടെ ഗൂഢശ്രമത്തെ തച്ചുടച്ച് തരിപ്പണമാക്കണമെന്നും ഇക്കാര്യത്തിൽ ഞങ്ങളുടെ പാർട്ടി ഒറ്റക്കെട്ടായി നിങ്ങളുടെ കൂടെയുണ്ടെന്നും ഉദ്ഘോഷിച്ചിട്ട് പോയി.

രണ്ടുവീട്ടുകാരുടെയും സ്വസ്ഥത രാഷ്ട്രീയക്കാർ നശിപ്പിച്ചു. ശാന്തവും സ്നേഹനിർഭരവുമായ ജീവതത്തിന്റെ അടിത്തറ തകർത്തു. അവർ ശത്രുക്കളെപ്പോലെ പെരുമാറാൻ തുടങ്ങി. കളിക്കൂട്ടുകാരായ കുട്ടികൾ കളിക്കാൻ ഒത്തുചേരുന്നതുപോലും വിലക്കി. ഭാര്യമാർ പരസ്പരം കൊഞ്ഞനംകുത്താൻ തുടങ്ങി.

അടുത്ത ഗ്രീഷ്മകാലമായപ്പോൾ ചക്ക, മാങ്ങ മുതലായ ഭക്ഷ്യവസ്തുക്കൾ എടുക്കാൻ രാഘവൻ നായരെ അനുവദിച്ചില്ല. തടസവാദം ഉന്നയിച്ച് രാമൻനായർ മുന്നോട്ടു വന്നു. നാളിതുവരെ അങ്ങനെ ഒരു

കടുംപിടുത്തം ഉണ്ടായിട്ടില്ല. ഏറ്റുമുട്ടലിന്റെ തുടക്കം അങ്ങനെയായിരുന്നു.

ഒരു ശപിക്കപ്പെട്ട ദിവസം വാക്തർക്കത്തിൽ തുടങ്ങി രണ്ടുപേരും ഗോഗ്വാ വിളികളോടെ ദ്വന്ദ്വയുദ്ധം ആരംഭിച്ചു. വീട്ടുകാരും നാട്ടുകാരും അറിഞ്ഞു. ആളുകൾ ഓടിക്കൂടി. ആക്രോശം അതിന്റെ മൂർധന്യാവസ്ഥയിൽ എത്തി. കൈകൊണ്ടും കാൽകൊണ്ടും ആക്രമണം നടത്തി. പൊടുന്നനെ കത്തിക്കുത്തിൽ കലാശിച്ചു. ആരാണ് ആദ്യം മാരകായുധം പ്രയോഗിച്ചതെന്ന് മനസിലാക്കുവാനുള്ള സാവകാശം ആർക്കും കിട്ടിയില്ല. രണ്ടുപേരും നിലംപതിച്ചു. സ്ത്രീകളും കുട്ടികളും വാവിട്ട് നിലവിളിച്ചു. ഓടിഎത്തിയവർ രണ്ടുപേരെയും ആശുപത്രിയിൽ എത്തിച്ചു.

3

ദിവസങ്ങൾ കഴിയുന്തോറും അവരുടെ വൈരാഗ്യം അലിഞ്ഞലിഞ്ഞ് ഇല്ലാതാകുകയായിരുന്നു. ആശുപത്രി ജീവിതം അവരുടെ മനസിൽ പുതിയ വെളിച്ചം തെളിച്ചു. ഫലപ്രദമായ ചികിത്സകൊണ്ടും മാനസികമായ പിരിമുറുക്കത്തിന്റെ നിർമാർജനംകൊണ്ടും വേഗംതന്നെ രണ്ടുപേരും സുഖം പ്രാപിച്ചു. ആശുപത്രിയിൽനിന്നും വിടുതൽ ചെയ്തു. രണ്ടു കൂട്ടരും ടാക്സി ഏർപ്പാടാക്കാൻ ഒരുങ്ങിയപ്പോൾ രാമൻ നായർ പറഞ്ഞു: "നാം ആകെ നാലുപേർ, ഒരു ടാക്സി പിടിച്ചാൽ നമുക്ക് സുഖമായി വീട്ടിലെത്താം." രാഘവൻനായർ കൂടുതൽ ആഹ്ലാദത്തോടെ അത് അംഗീകരിച്ചു.

ഒരേ വാഹനത്തിൽ ആത്മമിത്രങ്ങളെപ്പോലെ നാട്ടിൽ വന്നെത്തിയ എതിരാളികളെ കണ്ട് നാട്ടുകാർ അത്ഭുതപരതന്ത്രരായി. ഒരുമയുടെ ഉദാത്തമായ ആ രംഗം വീക്ഷിച്ച് അവർ പുളകിതഗാത്രരായി.

ഏതാനും ദിവസം വിശ്രമിക്കാനാണ് ഡോക്ടർമാർ നിർദേശിച്ചത്. പക്ഷേ മനസ്സ് ചിന്താകുലമായിരുന്നു. ഇനി ഒരിക്കലും ഒരു ഏറ്റുമുട്ടൽ ഉണ്ടാകാൻ പാടില്ല. അവർ മനസിൽ ഉറപ്പിച്ചു.

വൈകാതെ നാട്ടുകാരും കുടുംബക്കാരും മറ്റ് സാമൂഹികപ്രവർത്തകരും സ്ഥലത്ത് ഒത്തുകൂടി. റവന്യൂ ഉദ്യോഗസ്ഥന്മാരെ പങ്കെടുപ്പിച്ച് വസ്തു അളന്നു. അതിരിനോടു ചേർന്നുനിന്ന വൃക്ഷങ്ങൾ വെട്ടി ലേലം ചെയ്തു.

രോഗശയ്യയിൽനിന്നും പശ്ചാത്താപവിവശരായ രണ്ടുപേരും സാവകാശം ഇറങ്ങിവന്നു. നാട്ടുപ്രമാണിമാർ പറഞ്ഞു:

"അളവു ശരിയാക്കി. ഇനി മതിൽ കെട്ടി ഉറപ്പാക്കണം. തൽക്കാലം പുതിയ അളവനുസരിച്ചുള്ള അതിർത്തിയിൽ മുള്ളുവേലി കെട്ടി നിർത്തണം."

രണ്ടാളും ചോദിച്ചു: "എവിടെ വേലി കെട്ടും? ഞങ്ങളുടെ ജീവിതത്തിൽ ഇനി അതിർവരമ്പുകളില്ല. വേലികളില്ലാത്ത മനസാണ്

ഞങ്ങൾക്കുള്ളത്. വേലിയും വേണ്ട, മതിലും വേണ്ട. ഇനി വേലി കെട്ട ണമെങ്കിൽ ഞങ്ങളുടെ ശവത്തിൽ ചവിട്ടി ആയിരിക്കും. എല്ലാ വസ്തു വകകളും ഒന്നിച്ചാക്കി കൂട്ടുകൃഷി ചെയ്യാൻ തീരുമാനിച്ചിരിക്കുകയാണ്. ആദായവും ഒന്നിച്ചാക്കി പങ്കുവയ്ക്കും. ഞങ്ങൾ സൗഹാർദമായി ജീവി ച്ചുകൊള്ളാം. രാഷ്ട്രീയമായ ഭിന്നതകളുടെ വേരുകൾ അറുത്തുമുറിച്ചു."

അവിടെ കൂടിയിരുന്നവർ ഒറ്റയ്ക്കൊറ്റയ്ക്കും ചെറിയ കൂട്ടങ്ങളായും പിരിഞ്ഞുപോയി. സാമൂഹിക സേവനസന്നദ്ധരായ ഏതാനുംപേർ മാത്രം ശേഷിച്ചു. അവർക്ക് അമിതമായ ആശ്വാസം, രണ്ടുപേരുടെയും സംയുക്ത തീരുമാനത്തെ സ്വാഗതം ചെയ്ത് അനുമോദിക്കുകയും അവരെ ആശീർ വദിക്കുകയും ചെയ്തു.

അതിരുകളില്ലാത്ത ഭാവിജീവിതത്തെ സ്വപ്നം കണ്ടുകൊണ്ട് രാമൻ നായരും രാഘവൻ നായരും അവരവരുടെ വിശ്രമസങ്കേതത്തിലേക്കു ചേക്കേറി. ഇരുവരുടെയും തീവ്രമായ പശ്ചാത്താപം എല്ലാ പ്രശ്ന ങ്ങൾക്കും ശാശ്വതപരിഹാരമായി.